활용
태국인-한국어
한국인-태국어
회화

문예림

http://www.bookmoon.co.kr

활용 태국인 – 한국어, 한국인 – 태국어 회화

초판 2쇄 인쇄 2017년 2월 28일
초판 2쇄 발행 2017년 3월 6일

지은이 이한우, 싸티얀 뻰르어
발행인 서덕일
표 지 조미경
펴낸곳 문예림
주 소 경기도 파주시 회동길 366 (10881)
전 화 (02)499-1281~2
팩 스 (02)499-1283
E-mail info@bookmoon.co.kr

출판등록 1962.7.12 (제406-1962-1호)
ISBN 978-89-7482-545-4(13790)

잘못된 책은 구입하신 서점에서 교환하여 드립니다.
이 책은 저작권법에 의해 보호를 받는 저작물이므로 무단 전재와 복제를 금합니다.

머 리 말

우리가 한 나라의 언어를 배운다는 것은 그리 용이한 것이 아니다. 그러나 요즘 날로 인접되어 가고 있는 세계사회 속에서 각 나라의 언어는 국민 상호간의 진정한 이해력을 부각시키는 아주 중요한 의사전달 도구인 가운데 그 필요성이 날로 가증되고 있는 현실이다.

그 중에서도 특히 우리나라와 인접되어 있는 동남아시아 대륙의 중앙에 위치해 있으면서, 그동안 상호 밀접한 우호관계를 맺어오고 있는 태국 국민과 각기 부여받은 제반 업무를 추진해 나가는 데에는 그 무엇보다도 먼저 절실히 요구되고 있는 것 가운데 하나가 한-태 양국 국민의 진정한 의사소통이다.

이에 본 저자는 앞으로 한-태 양국 국민의 상호 진정한 의사전달과 공정한 관계 개선에 그 효율성을 기하기 위하여 이번에 '활용 태국인-한국어·한국인-태국어 회화'를 저술하게 되었다.

그동안 이 책을 저술하는데 도움을 배려해 준 정혜린양과 김윤희양 그리고 발간 해주신 문예림의 서덕일 사장님께 진심으로 감사의 말씀을 드린다.

이 한 우

싸티얀 뺀르어

คำนำ

แม้ว่าการเรียนภาษาของประเทศใดประเทศหนึ่งจะไม่ง่ายนัก แต่ภาษาของแต่ละประเทศนั้นเป็นเครื่องมือสื่อสารสำคัญยิ่งที่ทำให้ประชาชนประเทศต่างๆ มีความใกล้ชิดยิ่งขึ้น การเรียนรู้ภาษาซึ่งกันและกันจึงมีความจำเป็นมากยิ่งขึ้นในปัจจุบัน

โดยเฉพาะอย่างยิ่งปัจจุบัน ปัจจัยสำคัญปัจจัยหนึ่งที่ต้องการมากกว่าอะไรอื่น ในการดำเนินงานรับผิดชอบทั้งหลายกับประชาชนชาวไทย ที่จัดตั้งอยู่ในส่วนกลางของทวีปเอเชียตะวันออกเฉียงใต้ และติดอยู่อย่างใกล้ชิดกับประเทศของเราและผูกความสัมพันธ์เชิงมิตรภาพอันแน่นแฟ้นอยู่นั้นก็คือ การสื่อความคิดเห็นอันแท้จริงระหว่างประชาชนชาวไทยกับชาวเกาหลี

ครั้งนี้ผู้เขียนจึงร่วมกันเขียนหนังสือ 'สนทนาชาวไทย-ภาษาเกาหลี ชาวเกาหลี-ภาษาไทย' ขึ้น เพื่อให้ประชาชนชาวไทยและชาวเกาหลีสื่อสารความคิดเห็นกันได้อย่างแท้จริง และปรับปรุงความสัมพันธ์ให้มีประสิทธิภาพยิ่งขึ้นต่อไป

ผู้เขียนขอแสดงความขอบคุณนางสาว เฮริน จองกับนางสาว ยุนฮึย คิม และท่านประธานบริษัทสำนักพิมพ์มุนเยริมเป็นอย่างยิ่งที่กรุณาสนับสนุนการจัดพิมพ์หนังสือเล่มนี้

ผู้เขียน

목 차 สารบัญ

제1부 발음
ภาคที่ 1 การอ่านออกเสียง

제 1과 태국어 발음
บทที่ 1 การอ่านออกเสียงภาษาไทย

1. 기본문자 발음
   การอ่านออกเสียงตัวอักษรหลัก | 10
2. 음절문자 발음
   การอ่านออกเสียงตัวอักษรพยางค์ | 15
3. 성조법
   แบบเสียงวรรณยุกต์ | 16

제 2과 한국어 발음
บทที่ 2 การอ่านออกเสียงภาษาเกาหลี

1. 자음 발음
   การอ่านออกเสียงพยัญชนะ | 21
2. 모음 발음
   การอ่านออกเสียงสระ | 23

제2부 문법
ภาคที่ 2 ไวยากรณ์

제1과 태국어 문장형식
บทที่ 1 กระสวนประโยคภาษาไทย | 26

제2과 한국어 문장형식
บทที่ 2 กระสวนประโยคภาษาเกาหลี | 29

5

목 차 สารบัญ

제3과 태국어 문장의 종류
บทที่ 3 ชนิดของประโยคภาษาไทย | 33

제4과 한국어 문장의 종류
บทที่ 4 ชนิดของประโยคภาษาเกาหลี | 36

제3부 주로 사용하는 단어
ภาคที่ 3 คำศัพท์ที่มักใช้กัน

제1과 가족관계
บทที่ 1 ความสัมพันธ์ทางครอบครัว | 40

제2과 숫자
บทที่ 2 ตัวเลข | 42

제3과 시간
บทที่ 3 เวลา | 44

제4과 색깔
บทที่ 4 สี | 46

제5과 방향
บทที่ 5 ทิศทาง | 47

제6과 측량 단위
บทที่ 6 หน่วยการวัด | 48

제7과 신체
บทที่ 7 ร่างกาย | 49

제8과 의학
บทที่ 8 การแพทย์ | 50

제9과 교통
บทที่ 9 การคมนาคม | 52
제10과 일상생활용품
บทที่ 10 ของใช้ในชีวิตประจำวัน | 54

제4부 주요 대화
ภาคที่ 4 บทสนทนาสำคัญ

제1과 인사
บทที่ 1 การทักทาย | 62
제2과 소개
บทที่ 2 การแนะนำให้รู้จักกัน | 66
제3과 감사와 사과 표현
บทที่ 3 การแสดงความขอบคุณและขออภัย | 70
제4과 부탁이나 권유
บทที่ 4 การขอร้องหรือชักชวน | 72
제5과 집에서 식사할 때
บทที่ 5 การทานอาหารในบ้าน | 78
제6과 외식할 때
บทที่ 6 การทานอาหารนอกบ้าน | 82
제7과 교통
บทที่ 7 การคมนาคม | 88
제8과 전화사용
บทที่ 8 การใช้โทรศัพท์ | 92

7

목 차 สารบัญ

제9과 약국에서
บทที่ 9 ในร้านขายยา | 95

제10과 병원에서
บทที่ 10 ในโรงพยาบาล | 99

제11과 호텔에서
บทที่ 11 ในโรงแรม | 103

제12과 미용실에서
บทที่ 12 ในร้านเสริมสวย | 108

제13과 공항에서
บทที่ 13 ในสนามบิน | 114

제14과 우체국에서
บทที่ 14 ในที่ทำการไปรษณีย์ | 120

제15과 가게에서
บทที่ 15 ในร้านขายของ | 125

제5부 질의응답
ภาคที่ 5 การตอบข้อซักถามหลัก

제1과 질의
บทที่ 1 การซักถาม | 132

제2과 응답
บทที่ 2 การตอบ | 142

부록 한-태 양국편람
ภาคผนวก เรื่องน่ารู้ไทย - เกาหลี

ภาคที่ 1
การอ่านออกเสียง

제1부 발음

제1과 태국어 발음
    บทที่ 1 การอ่านออกเสียงภาษาไทย
        1. 기본문자 발음 | การอ่านออกเสียงตัวอักษรหลัก
        2. 음절문자 발음 | การอ่านออกเสียงตัวอักษรพยางค์
        3. 성조법 | แบบเสียงวรรณยุกต์

제2과 한국어 발음
    บทที่ 2 การอ่านออกเสียงภาษาเกาหลี
        1. 자음 발음 | การอ่านออกเสียงพยัญชนะ
        2. 모음 발음 | การอ่านออกเสียงสระ

제1과 태국어 발음

บทที่ 1 การอ่านออกเสียงภาษาไทย

1. 기본문자 발음 – การอ่านออกเสียงตัวอักษรหลัก

1) 자음 발음 – การอ่านออกเสียงพยัญชนะ

현재 사용하고 있는 42자의 태국어 자음 문자는 그 음가를 기준으로 하여 초자음 음가 21음과 종자음 음가 8음으로 분류할 수가 있다.(자음 한자를 발음할 때 우선 그 앞에 장모음 '어'를 넣고 그 다음에 대표적인 단어를 넣은 것이 그 자음의 이름이다.)

(1) 초자음 발음 – การอ่านออกเสียงพยัญชนะต้น : 21음

순서	자음	발음	초자음음가
1	ก	꺼– 까이	ㄲ
2	ข ค ฆ	커– 카이, 커– 콰–이, 커– 라캉	ㅋ
3	ง	응어– 응우–	Ng
4	จ	쩌– 짜–ㄴ	ㅉ
5	ช ฌ ฉ	처– 차–ㅇ, 처– 츠ㅓ–, 처– 칭	ㅊ
6	ด ฎ	더– 덱, 더– 차다–	ㄷ
7	ต ฏ	떠– 따오, 떠– 빠딱	ㄸ
8	ท ธ ฒ ฑ ฐ ถ	터– 타하–ㄴ, 터– 통, 터– 푸–타오, 터– 몬토–, 터– 타–ㄴ, 터– 퉁	ㅌ
9	น ณ	너– 누–, 너– 네–ㄴ	ㄴ

10	บ	버– 바이마이	ㅂ
11	ป	뻐– 쁘라–	ㅃ
12	ผ พ ภ	퍼– 픙, 퍼– 파–ㄴ, 퍼– 쌈파오	ㅍ
13	ฝ ฟ	훠– 화–, 훠– 환	F
14	ม	머– 마–	ㅁ
15	ร	러– 르–어	ㄹ(R)
16	ล ฬ	러– 링, 러– 쭈라–	ㄹ(L)
17	ญ ย	여– 잉, 여– 약	Y
18	ว	워– 왜–ㄴ	W
19	ซ ศ ษ ส	써– 쏘–, 써– 싸–라–, 써– 르씨–, 써– 쓰–어	ㅆ
20	ห ฮ	허– 히–ㅂ, 허– 녹후–ㄱ	ㅎ
21	อ	어– 아–ㅇ	ㅇ

(2) 종자음 발음 - การอ่านออกเสียงตัวสะกด : 8음

순서	자음	종자음음가
1	ก ข ค ฆ	ㄱ
2	ณ น ญ ร ล ฬ	ㄴ
3	จ ช ซ ฌ ฎ ฏ ด ต ท ธ ถ ฐ ฑ ศ ษ ส	ㄷ
4	ม	ㅁ
5	บ ป ภ พ ฟ	ㅂ
6	ง	Ng
7	ย	이
8	ว	오

비고: 'ร'는 종자음 '-ร'로 끝나면 장모음 '어-ㄴ'으로 발음하고, '-รร'로 끝나면 단모음 '안'으로 발음하며, 자음과 자음 사이에 '-รร-'가 오면 단모음 '아'로 발음한다.

보기) มังกร(망꺼-ㄴ) : 용
สรร(싼) : 뽑다
ธรรม(탐) : 진리

(3) 자음의 종류 - ชนิดของพยัญชนะ

42자의 태국어 자음 문자는 전형적인 성조법을 기준으로 하여 고자음 10자와 중자음 9자 및 저자음23자로 분류한다.

① 고자음 10자 - พยัญชนะสูง

ข ฉ ฐ ถ ผ ฝ ศ ษ ส ห

② 중자음 9자 - พยัญชนะกลาง

ก จ ฎ ฏ ด ต บ ป อ

③ 저자음 23자 - พยัญชนะต่ำ

ค ฆ ง ช ซ ฌ ญ ฑ ฒ ณ ท ธ น พ ฟ ภ ม ย ร ล ว ฬ ฮ

비고: 두자의 자음이 단독모음과 결합하는 태국어의 결합자음에는 복합자음과 선도자음이 있다.

① 복합자음 -

두번째 오는 자음이 'ร ล ว'인 경우로, 그 자음과 자음사이에 '으'를 넣어서 단음절로 발음한다.

보기) ครู(크루-) : 선생
กลาง(끄라-ㅇ) : 가운데
ขวา(콰-) : 오른쪽

② 선도자음 -

두번째 오는 자음이 'ร ล ว'을 제외한 경우로, 그 자음과 자음사이에 단모음 '아'를 넣어서 두 음절로 발음한다.

보기) สภา(싸파-) : 의회
ชนะ(차나) : 승리하다
แผนก(파내-ㄱ) : 과

2) 모음발음 – การอ่านออกเสียงสระ

현재 사용하고 있는 28자의 태국어 모음 문자는 그 음가를 기준으로 하여 단모음 12자와 장모음 12자 및 중모음 4자와 같이 모두 3가지의 종류로 분류할 수가 있다.

순서	단모음		장모음		중모음	
	모음	발음	모음	발음	모음	발음
1	-ะ	아	-า	아–	ไ-	아이
2	-ิ	이	-ี	이–	ใ-	아이
3	-ึ	으	-ื	으–	เ-า	아오
4	-ุ	우	-ู	우–	-ำ	암
5	เ-ะ	에	เ-	에–		
6	แ-ะ	애	แ-	애–		
7	โ-ะ	오	โ-	오–		
8	เ-าะ	어	-อ	어–		
9	-ัวะ	우어	-ัว	우–어		
10	เ-ียะ	이야	เ-ีย	이–야		
11	เ-ือะ	으어	เ-ือ	으–어		
12	เ-อะ	으ㅓ	เ-อ	으ㅓ–		

비고1: 단모음 '-ะ'(아)는 받침이 오면 '-ั-'로 바뀐다.

보기 ตัด(땃): 자르다
มัน(만): 그것
กัด(깟): 묶다

비고2: 단모음 'เ-ะ'(에)와 'แ-ะ'(애)는 받침이 오면 각각 'เ-็'와 'แ-็'로 바뀐다.

보기 เก็บ(껩): 수집하다
เจ็บ(쩹): 아프다
เผ็ด(펫): 맵다
แข็ง(캥): 강하다
แบ็บ(뱁): 허약하다
แล็บ(랩): 실험실 (Lab)

비고3: 단모음 'โ-ะ'(오)는 받침이 오면 이 모음을 생략하고 자음문자만 2자 쓴다.

> 보기   คน(콘): 사람
>   นม(놈): 우유
>   มด(못): 개미

비고4: 장모음 'ื'(으-)는 받침이 없으면 'ือ'로 쓴다.

> 보기   มือ(므-): 손
>   ถือ(트-): 들다
>   คือ(크-): -이다

비고5: 장모음 'ัว'(우-어)는 받침이 오면 '-ว-'로 쓴다

> 보기   รวม(루-엄): 합하다
>   บวก(부-억): 더하다
>   ปวด(뿌-엇): 아프다

비고6: 장모음 'เ-อ'(으ㅓ-)는 'ย'이 받침으로 오면 'เ-ย'(으ㅓ-이)로 쓰는 것을 제외하고 다른 받침이 오면 'เ-ิ-'로 쓴다.

> 보기   เนย(느ㅓ-이): 치즈
>   เลย(르ㅓ-이): 지나다
>   เคย(크ㅓ-이): -한 적이있다
>   เปิด(쁘ㅓ-ㅅ): 열다
>   เดิน(드ㅓ-ㄴ): 걷다
>   เชิญ(츠ㅓ-ㄴ): 초대하다

3) 기본문자의 음 – เสียงตัวอักษรหลัก

태국어의 기본문자인 자음과 모음은 이들이 울려퍼지는 음가를 기준으로 하여 음성이 중간에 막히지 않고 그대로 이어지는 생음과 음성이 중간에 막혀 끊어지는 사음으로 분류할 수가 있다.

(1) 생음 – คำเป็น : 2가지

① 생자음 – พยัญชนะคำเป็น : 11자

ง ญ ณ น ม ย ร ล ว ฬ อ

② 생모음 – สระคำเป็น : 장모음 12자 + 중모음 4자

-า ี ื ู เ- แ- โ- -อ -ัว เ-ีย เ-ือ เ-อ

ไ- ใ- เ-า -ำ

(2) 사음 – คำตาย : 2가지

① 사자음 – พยัญชนะคำตาย : 31자

ก ข ค ฆ จ ฉ ช ซ ฌ ฎ ฏ ฐ ฑ ฒ ด ต ถ ท
ธ บ ป ผ ฝ พ ฟ ภ ศ ษ ส ห ฮ

② 사모음 – สระคำตาย : 12자

-ะ ิ ึ ุ เ-ะ แ-ะ โ-ะ เ-าะ -ัวะ เ-ียะ เ-ือะ เ-อะ

2. 음절문자 발음 – การอ่านออกเสียงตัวอักษรพยางค์

현재 사용하고 있는 태국어의 음절문자에는 항상 평성으로 발음하는 장음절 문자 1자와 3성으로 발음하는 단음절 문자 1자가 있다.

1) 장음절 문자 – ตัวอักษรพยางค์เสียงยาว : 1자
ฦๅ(르̄–)

2) 단음절 문자 – ตัวอักษรพยางค์เสียงสั้น : 1자
ฤ(르́, 리́, 르́ㅓ)

3. 성조법 - แบบเสียงวรรณยุกต์

성조는 한 단어의 각 음절에 갖추어진 음성의 높낮이를 말하는 것으로, 태국어의 성조법에는 크게 무형성조법과 유형성조법이 있다.

1) 성조의 종류 – ชนิดของเสียงวรรณยุกต์

태국어 단어의 각 음절별 성조에는 아무런 율동없이 보통 음성 그대로 발음해 나가는 평성(−)과, 보통 음성인 평성에서 점차 낮게 내려 뱉어 발음하는 1성(\), 점차 높게 올려 뱉어 발음하는 2성(^), 점차 높게 올려 삼켜 발음하는 3성(/) 및 평성수준의 상 · 하를 약간 율동성있게 오르내려 발음하는 4성(v)과 같이 모두 5가지 종류의 성조가 있다.

2) 무형 성조법 – วิธีการเสียงวรรณยุกต์ไม่มีรูป

무형 성조법은 각음절에 성조부호를 사용하지 않고 음성의 높낮이를 표시하는 성조법으로, 태국어의 이 무형 성조법에는 다음과 같이 크게 7가지의 방식이있다.

(1) 고자음 + 생음 = 4성(v) – พยัญชนะสูง + คำเป็น = เสียงจัตวา (v)

보기 หา(하̌–): 찾다

หิน(힌̌): 돌

เสีย(씨–야): 상하다

เขียน(키̌–얀): 쓰다

หู(후̌–): 귀

ผอม(퍼̌–ㅁ): 날씬하다

(2) 중자음 + 생음 = 평성(−) – พยัญชนะกลาง + คำเป็น = เสียงสามัญ (−)

보기 ไป(빠̄이): 가다

เดิน(드ㅓ̄–ㄴ): 걷다

ตา(따̄–): 눈

บิน(빈̄): 날다

ดี(디̄–): 좋다

จอง(쩌̄–ㅇ): 예약하다

발음 การอ่านออกเสียง

(3) 저자음 + 생음 = 평성 (—) - พยัญชนะต่ำ + คำเป็น = เสียงสามัญ (—)

　　보기　ใน(나ˉ이): 안에
　　　　　เมือง(므ˉ엉): 도시
　　　　　มือ(므ˉ-): 손
　　　　　ลืม(르ˉㅁ): 잊다
　　　　　นา(나ˉ-): 논
　　　　　มัน(만ˉ): 그것

(4) 고자음 + 사음 = 1성 (\) - พยัญชนะสูง + คำตาย = เสียงเอก (\)

　　보기　ผุ(푸ˋ): 부패하다
　　　　　เผ็ด(펫ˋ): 맵다
　　　　　สะ(싸ˋ): 축적하다
　　　　　สอบ(써ˉ-ㅂ): 시험보다
　　　　　เหาะ(허ˋ): 날아오르다
　　　　　แขก(캐ˋ-ㄱ): 손님

(5) 중자음 + 사음 = 1성 (\) - พยัญชนะกลาง + คำตาย = เสียงเอก (\)

　　보기　จะ(짜ˋ): -일 것이다
　　　　　ตก(똑ˋ): 떨어지다
　　　　　ปะ(빠ˋ): 때우다
　　　　　ปิด(삣ˋ): 닫다
　　　　　เตะ(떼ˋ): 차다
　　　　　แจก(째ˉ-ㄱ): 나눠주다

(6) 저자음 + 사음(단모음) = 3성 (/)
　　 - พยัญชนะต่ำ + คำตาย(สระสั้น) = เสียงตรี (/)

　　보기　และ(래ˊ): 그리고
　　　　　คิด(킷ˊ): 생각하다
　　　　　แวะ(왜ˊ): 들르다
　　　　　รัก(락ˊ): 사랑하다

제1부 발음　**17**

ละ(라́): -마다

พบ(폽́): 만나다

(7) 저자음 + 사음(장모음) = 2성(^)

- พยัญชนะต่ำ + คำตาย(สระยาว) = เสียงโท (^)

보기 มีด(미-ㅅ): 칼

มาก(마-ㄱ): 많다

แคบ(캐-ㅂ): 좁다

ยาก(야-ㄱ): 어렵다

เรียก(리-약): 부르다

เลือก(르-억): 고르다

3) 유형성조법 - วิธีการเสียงวรรณยุต์มีรูป

유형성조법은 각 음절에 성조부호를 사용하여 음성의 높낮이를 표시하는 성조법으로, 태국어의 유형성조법에는 제 1 성조부호 '่'(마이에-ㄱ), 제2 성조부호 '้'(마이토-), 제3성조부호 '๊'(마이뜨리-) 및 제4성조부호 '๋'(마이 짯따와-)와 같은 4개 성조부호 가운데 고자음과 저자음에는 '่'과 '้'만 사용하고 중자음에는 '่, ้, ๊, ๋' 모두 사용하는 가운데 다음과 같이 6가지의 방식이 있다.

(1) 고자음 + '่' = 1성(\) - พยัญชนะสูง + '่' = เสียงเอก (\)

보기 ข่าว(카-오) : 뉴스

ผ่าน(파-ㄴ) : 통과하다

ผ่า(파-) : 쪼개다

ส่วน(쑤-언) : 한편

เข่า(카오) : 무릎

ส่ง(쏭) : 보내다

(2) 중자음 + '่' = 1성(\) - พยัญชนะกลาง + '่' = เสียงเอก (\)

보기 เต่า(따오) : 거북이

เก่ง(꺼̀-ㅇ) : 잘하다
ป่า(빠̀-) : 숲
แต่ง(때̀-ㅇ) : 치장하다
เบื่อ(브̀-어) : 싫증나다
อ่าน(아̀-ㄴ) : 읽다

(3) 저자음 + '่' = 2성(^) - พยัญชนะกลาง + '่' = เสียงโท (^)

보기 พ่อ(퍼̂-) : 아버지
วิ่ง(윙̂) : 달리다
แม่(매̂-) : 어머니
นั่ง(낭̂) : 앉다
ค่า(카̂-) : 가치
เพื่อน(프̂-언) : 친구

(4) 고자음 + '้' = 2성(^) - พยัญชนะสูง + '้' = เสียงโท (^)

보기 ให้(하̂이) : 주다
ห้าม(하̂-ㅁ) : 금지하다
ข้าว(카̂-오) : 밥
ห้อง(허̂-ㅇ) : 방
เสื้อ(쓰̂-어) : 옷
ส้ม(쏨̂) : 귤

(5) 중자음 + '้' = 2성(^) - พยัญชนะกลาง + '้' = เสียงโท (^)

보기 ใต้(따̂이) : 밑에
ต้อง(떠̂-ㅇ) : ~해야하다
เก้า(까̂오) : 9
ต้ม(똠̂) : 끓이다
ป้า(빠̂-) : 고모
จ้าง(짜̂-ㅇ) : 고용하다

(6) 저사음 + '่' = 3성(/) - พยัญชนะต่ำ + '่' = เสียงตรี (/)

보기 ไม้(마́이) : 나무

ค้อน(커́-ㄴ) : 망치

เท้า(타́오) : 발

ร้อน(러́-ㄴ) : 덥다

ใช้(차́이) : 사용하다

เน้น(네́-ㄴ) : 강조하다

(7) 중자음 + '๊' = 3성(/) -พยัญชนะกลาง + '๊' = เสียงตรี (/)

보기 เจ๊ง(쩨́-ㅇ) : 파산하다

โต๊ะ(또́) : 상

ก๊ก(꼭́) : 나라

(8) 중자음 + '๋' = 4성(v) - พยัญชนะกลาง + '๋' = เสียงจัตวา (v)

보기 ตั๋ว(뚜̌-어) : 표

ปุ๋ย(뿌̌이) : 비료

จ๋า(짜̌-) : 네

제2과 한국어발음

บทที่ 2 การอ่านออกเสียงภาษาเกาหลี

1. 자음발음 – การอ่านออกเสียงพยัญชนะ

현재 사용하고 있는 한국어의 자음에는 단독자음 14자와 복합자음 5자 및 혼합자음 11자를 합하여 모두 30자가 있는데, 이는 그 음가를 기준으로 하여 초자음음가 19음과 종자음 음가 7음으로 분류할 수가 있다.

1) 초자음발음 – การอ่านออกเสียงพยัญชนะต้น : 19음

혼합자음 11자(ㄳ, ㄵ, ㄶ, ㄺ, ㄻ, ㄼ, ㄽ, ㄾ, ㄿ, ㅀ, ㅄ)는 종자음으로만 사용하기 때문에 초자음에는 19음(단독자음 14음 + 복합자음 5음)만이 있다.

종류	순서	자음	발음	초자음음가
단독자음	1	ㄱ	기역	g
	2	ㄴ	니은	น
	3	ㄷ	디귿	ด
	4	ㄹ	리을	ร,ล
	5	ㅁ	미음	ม
	6	ㅂ	비읍	บ
	7	ㅅ	시옷	S
	8	ㅇ	이응	O
	9	ㅈ	지읒	J
	10	ㅊ	치읓	ช
	11	ㅋ	키읔	ค

단독자음	12	ㅌ	티읕	ท
	13	ㅍ	피읖	พ
	14	ㅎ	히읗	ฮ
복합자음	1	ㄲ	쌍기역	ก
	2	ㄸ	쌍디귿	ต
	3	ㅃ	쌍비읍	ป
	4	ㅆ	쌍시옷	ซ
	5	ㅉ	쌍지읒	จ

2) 종자음발음 – การอ่านออกเสียงพยัญชนะตัวสะกด : 7음

복합자음 3자 (ㄸ, ㅃ, ㅉ)는 초자음으로만 사용하고 또 복합자음 2음과 혼합자음 5음도 단독자음 7음에 포함되기 때문에 종자음에는 7음이 있다.

순서	단독자음	복합자음	혼합자음	종자음음가
1	ㄱㅋ	ㄲ	ㄳ, ㄺ	ㄱ(ก)
2	ㄴ		ㄵ, ㄶ	ㄴ(น)
3	ㄷㅅㅈㅊㅌㅎ	ㅆ		ㄷ(ด)
4	ㄹ		ㄼ, ㄽ, ㄾ, ㅀ	ㄹ(ร ล)
5	ㅁ		ㄻ	ㅁ(ม)
6	ㅂ		ㄿ, ㅄ	ㅂ(บ)
7	ㅇ			ㅇ(ง)

2. 모음발음 - การอ่านออกเสียงสระ

현재 사용하고 있는 한국어의 모음에는 단독모음 10자와 결합모음 11자를 포함하여 모두 21자가 있다.

종류	순서	모음	발음
단독모음	1	ㅏ	อา
	2	ㅑ	ยา
	3	ㅓ	ออ
	4	ㅕ	ยอ
	5	ㅗ	โอ
	6	ㅛ	โย
	7	ㅜ	อู
	8	ㅠ	ยู
	9	ㅡ	อือ
	10	ㅣ	อี
결합모음	1	ㅐ(ㅏ+ㅣ)	แอ
	2	ㅒ(ㅑ+ㅣ)	แย
	3	ㅔ(ㅓ+ㅣ)	เอ
	4	ㅖ(ㅕ+ㅣ)	เย
	5	ㅘ(ㅗ+ㅏ)	วา
	6	ㅙ(ㅗ+ㅐ)	แว
	7	ㅚ(ㅗ+ㅣ)	เว
	8	ㅝ(ㅜ+ㅓ)	วอ
	9	ㅞ(ㅜ+ㅔ)	อุเว
	10	ㅟ(ㅜ+ㅣ)	วี
	11	ㅢ(ㅡ+ㅣ)	อึย

보기 먹나(มอกตา) : กิน
부엌(บูออก) : ห้องครัว
깎다(กักตา) : ปอก
낚시(นักซี) : การตกปลา
읽다(อิกตา) : อ่าน
가다(คาดา) : ไป
앉다(อันตา) : นั่ง
공항(คงฮัง) : สนามบิน
열다(ยอลดา) : เปิด
음악(อึมอัก) : ดนตรี

ภาคที่ 2
ไวยากรณ์

제2부 문법

제1과   태국어 문장 형식
บทที่ 1   กระสวนประโยคภาษาไทย

제2과   한국어 문장 형식
บทที่ 2   กระสวนประโยคภาษาเกาหลี

제3과   태국어 문장의 종류
บทที่ 3   ชนิดของประโยคภาษาไทย

제4과   한국어 문장의 종류
บทที่ 4   ชนิดของประโยคภาษาเกาหลี

제1과 태국어 문장형식

บทที่ 1 กระสวนประโยคภาษาไทย

태국어의 기본 문장형식에는 크게 5가지의 형식이 있는데, 여기에 수식어가 있으면 일반적으로 문미에 배열하는 동사수식어를 제외하고 대부분의 수식어를 피수식어인 주어와 보어 및 목적어의 뒤에 붙여서 배열한다.

1. 제1형식: 주어 + 완전자동사
กระสวนที่ 1: ประธาน + อกรรมกริยา

보기 **นาฬิกาตาย**
시계가 안가요

หิมะตก
눈이 내려요

อากาศหนาว
날씨가 추워요

หมาวิ่ง
개가 달려요

เขาฉลาด
그는 영리해요

2. 제2형식: 주어 + 불완전자동사 + 보어
กระสวนที่ 2: ประธาน + วิกตรรถกริยา + บทเสริมความ

보기 **คุณเหมือนคนไทย**
당신은 태국사람 같아요

ท่านคือประธาน
그 분이 바로 사장이예요

ลูกเท่าพ่อ
자식이 아버지만 해요

เราเป็นนักธุรกิจ
우리는 사업가예요

หน้าตาคล้ายคนไทย
얼굴이 태국사람 비슷해요

3. 제3형식 : 주어 + 완전타동사+ 목적어
กระสวนที่ 3 :ประธาน + สกรรมกริยา + กรรม

보기 **ผมรักคุณ**
나는 당신을 사랑해요

เราชอบอาหารไทย
우리는 태국음식을 좋아해요

รถบรรทุกขนสินค้า
화물차는 상품을 운송해요

วัวไถนา
소가 논을 갈아요

เขาอ่านหนังสือ
그는 책을 읽어요

4. 제 4형식 : 주어+ 복합동사+직접목적어 +간접목적어
กระสวนที่ 4: ประธาน + ทวิกรรมกริยา + กรรมตรง + กรรมรอง

보기 **พ่อแม่ให้เงินลูก**
부모는 자식에게 돈을 주어요

เขาเติมน้ำมันรถ
그는 차에 기름을 넣어요

นักเรียนถามปัญหาครู
학생은 선생님께 문제를 물어요

ครูตอบคำถามลูกศิษย์
선생은 제자에게 질문을 대답해요

ประธานมอบรางวัลพนักงานดีเด่น
사장은 우수직원에게 상을 수여해요

5. 제 5형식 : 주어+ 주어수식어 + 완전타동사 + 목적어 + 목적어수식어 + 동사수식어

กระสวนที่ 5: ประธาน + บทขยายประธาน + สกรรมกริยา + กรรม + บทขยายกรรม + บทขยายกริยา

보기 เราทุกคนรักชาติของเราเสมอ
우리 모두는 항상 우리나라를 사랑해요

พนักงานคนนั้นลืมสมุดรายงานของเราแล้ว
그 직원은 우리의 보고서를 잊어버렸어요

มัคคุเทศทุกคนพูดภาษาต่างประเทศหลายภาษาคล่อง
모든 안내자는 여러 개의 외국어를 능숙하게 말해요

มนุษย์เราควรรับใช้พ่อแม่ของตนให้ดี
우리 인간은 자신의 부모님을 잘 모셔야 해요

เพื่อนเราชอบทานผลไม้ทุกชนิดเสมอ
우리 친구는 항상 모든 종류의 과일을 즐겨먹어요

문법 ไวยากรณ์

제2과 한국어 문장형식

บทที่ 2 กระสวนประโยคภาษาเกาหลี

한국어의 기본 문장 형식에는 크게 5가지의 형식이 있는데, 여기에 수식어가 있으면 일반적으로 대부분의 수식어를 피수식어인 주어와 동사, 보어 및 목적어의 앞에 붙여서 배열한다.

1. 제1형식 : 주어 + 완전자동사
    กระสวนที่ 1 : ประธาน + อกรรมกริยา

    보기 날씨가 좋아요
    อากาศดี

    아기가 기어요
    เด็กคลาน

    새가 날아요
    นกบิน

    개가 달려요
    หมาวิ่ง

    비가 내려요
    ฝนตก

2. 제2형식 : 주어 + 보어 + 불완전자동사
    กระสวนที่ 2 : ประธาน + บทเสริมความ + วิกตรรถกริยา

    보기 우리는 사업가이예요
    เราเป็นนักธุรกิจ

키가 아버지만해요
ความสูงเท่าพ่อ

우리는 정치가가 되고 싶어요
เราอยากเป็นนักการเมือง

그는 태국사람 같아요
เขาเหมือนคนไทย

솜씨가 기술자 비슷해요
ฝีมือคล้ายช่าง

3. 제3형식 : 주어+목적어+완전타동사
กระสวนที่ 3 : ประธาน + กรรม + สกรรมกริยา

보기 나는 당신을 사랑해요
ผมรักคุณ

당신은 무엇을 준비했어요?
คุณได้เตรียมอะไร

그는 모를 심어요
เขาปลูกข้าว

우리는 태국어를 배워요
เราเรียนภาษาไทย

우리는 편지를 써요
เราเขียนจดหมาย

4. 제4형식: 주어+직접목적어(간접목적어)+간접목적어(직접목적어)+복합동사
กระสวนที่ 4 : ประธาน + กรรมตรง (กรรมรอง) + กรรมรอง (กรรมตรง) + ทวิกรรมกริยา

보기 그는 우리에게 태국어를 가르쳐요 =(그는 태국어를 우리에게 가르쳐요)
เขาสอนภาษาไทยเรา

문법 ไวยากรณ์

부모는 자식에게 생일 선물을 주어요 = (부모는 생일 선물을 자식에게 주어요)
พ่อแม่ให้ของขวัญวันเกิดลูก

선생님은 제자에게 글을 가르쳐요 = (선생님은 글을 제자에게 가르쳐요)
ครูสอนหนังสือลูกศิษย์

사장은 직원에게 월급을 주어요 = (사장은 월급을 직원에게 주어요)
ประธานให้เงินเดือนพนักงาน

상인은 우리에게 상품을 팔아요 = (상인은 상품을 우리에게 팔아요)
พ่อค้าขายสินค้าเรา

5. 제5형식: 주어수식어 + 주어 + 목적어수식어 + 목적어 + 동사수식어 + 완전타동사
   กระสวนที่ 5 : บทขยายประธาน + ประธาน + บทขยายกรรม + กรรม + บทขยายกริยา + สกรรมกริยา

   보기 부지런한 사람은 많은 돈을 매일 벌어요
   คนขยันได้เงินจำนวนมากทุกวัน

   우리회사는 새로운 상품을 항상 팔아요
   บริษัทเราขายสินค้าใหม่ๆเสมอ

   이 공장은 예쁜 가방을 대량 생산해요
   โรงงานนี้ผลิตกระเป๋าสวยเป็นจำนวนมาก

   우리 호텔은 각종 기념품을 2층에서 전시해요
   โรงแรมเราแสดงของที่ระลึกชนิดต่างๆ บนชั้นสอง

   이 학교는 방학기간 중에 여러 외국어를 가르쳐요
   โรงเรียนนี้สอนภาษาต่างประเทศหลายภาษาในช่วงเวลาปิดเทอม

비고: 한국어에는 각 문장에 주격 조사와 직접목적격조사 및 간접목적격조사가 있다.

1) 주격조사 – ค้าช่วยชี้ตำแหน่งประธาน

(1) ใช้คำว่า "이" หรือ "은" ในกรณีที่มีตัวสะกดในพยางค์หน้า เช่น

이것은(이) 우리 상품이예요

นี่เป็นสินค้าของเรา

(2) ใช้คำว่า "가" หรือ "는(ㄴ) " ในกรณีที่ไม่มีตัวสะกดในพยางค์หน้า เช่น

안개가(는)(안갠) 없어요

ไม่มีหมอก

2) 직접목적격조사 – คำช่วยชี้ตำแหน่งกรรมตรง

(1) ใช้คำว่า "을" ในกรณีที่มีตัวสะกดในพยางค์หน้า เช่น

우리는 운동을 좋아해요

เราชอบการออกกำลังกาย

(2) ใช้คำว่า "를(ㄹ)" ในกรณีที่ไม่มีตัวสะกดในพยางค์หน้า เช่น

당신은 누구를(누굴) 사랑해요?

คุณรักใคร

3) 간접목적격조사 – คำช่วยชี้ตำแหน่งกรรมรอง

(1) ใช้คำว่า "에게" หรือ "한테" ในกรณีที่พูดกับบุคคลระดับเดียวกัน หรือคล้ายคลึงกัน เช่น

나는 친구에게(한테) 생일 선물을 주었어요

ฉันได้ให้ของขวัญวันเกิดเพื่อน

(2) ใช้คำว่า "께" หรือ "님께" ในกรณีที่พูดกับผู้ใหญ่ เช่น

선생님께(께) 여쭈어 보세요

กรุณาลองเรียนถามท่านอาจารย์

제3과 태국어 문장의 종류

บทที่ 3 ชนิดของประโยคภาษาไทย

태국어의 문장에는 서술문과 의문문, 명령문, 부정문 및 감탄문과 같이 모두 5가지의 종류가 있다.

1. 서술문 – ประโยคบอกเล่า

서술문은 기본문장형식에 준한다.

보기 **อาหารไทยอร่อย**
태국음식은 맛있어요

เราเป็นนักธุรกิจ
우리는 사업가예요

เราเรียนภาษาไทย
우리는 태국어를 배워요

พ่อแม่ให้เงินลูก
부모는 자식에게 돈을 주어요

บริษัทเราผลิตสินค้าใหม่เป็นประจำ
우리 회사는 정규적으로 신상품을 생산해요

2. 의문문 - ประโยคคำถาม

의문문은 의문대명사와 의문수식사를 각기 해당 위치에 배열한다.

> 보기   **คุณอยากทานอะไร**
> 당신은 무엇을 먹고 싶어요?

คุณได้นัดพบใคร
당신은 누구 만나기로 약속했어요?

คุณอยากไปไหน
당신은 어디에 가고 싶어요?

คุณมาสายทำไม
당신은 왜 늦게 왔어요?

เราไปเมืองไทยได้อย่างไร
우리는 어떻게 태국에 갈 수 있어요?

3. 명령문 - ประโยคคำสั่ง

명령문은 지령받는 주어인 2인칭 대명사를 생략한다.

> 보기   **ทานเร็วๆ เถอะ**
> 빨리먹어

ขอกาแฟแก้วหนึ่ง
커피 한 잔 주어요

เชิญมาทางนี้
이쪽으로 와요

โปรดพูดช้าๆ หน่อย
좀 천천히 말하세요

กรุณาอธิบายให้ฟังอีกครั้งหนึ่ง
다시 한번 설명해 주세요

문법 ไวยากรณ์

4. 부정문 – ประโยคปฏิเสธ

부정문은 단어를 부정할 때 "ไม่"나 "มิ"와 같은 부정진술 수식사를 부정하고자 하는 단어 앞에 쓰고, 문장 전체를 부정할 때에는 "เปล่า"와 같은 부정진술 수식사를 쓰며 금지령을 내릴 때에는 "อย่า"나 "ห้าม"이라는 부정 진술수식사를 문두에 쓴다.

> 보기 **เราไม่ดื่มเหล้า**
> 우리는 음주하지 않아요
>
> **เรามิควรสูบบุหรี่**
> 우리는 흡연하지 않아야 해요
>
> **เปล่า เราไม่ได้พูดโกหก**
> 아니오, 우리는 거짓말하지 않았어요
>
> **อย่าพูดเสียงดังในห้องเรียน**
> 교실에서 떠들지 말아요
>
> **ห้ามข้ามถนน**
> 횡단금지!

5. 감탄문 – ประโยคอุทาน

감탄문은 각기 기분에 맞는 감탄사를 문두에 사용한다.

> 보기 **ไชโย ทีมเราได้รับรางวัลที่หนึ่งแล้ว**
> 만세! 우리팀이 일등했어요!
>
> **อุ๊ย ตกใจ**
> 아이! 깜짝이야!
>
> **โอ้โห วันนี้แต่งตัวสวยจัง**
> 어허! 오늘 아주 예쁘게 치장했네!
>
> **แหม อย่าพูดโกหกซิ**
> 야! 거짓말하지 말아!
>
> **อ้อ นึกวิธีการแก้ปัญหาออกแล้ว**
> 어! 문제 해결방안이 생각났네!

제4과 한국어 문장의 종류
บทที่ 4 ชนิดของประโยคภาษาเกาหลี

한국어의 문장에도 태국어와 마찬가지로 서술문과 의문문, 명령문, 부정문 및 감탄문과 같이 5가지의 종류가 있다.

1. 서술문 – ประโยคบอกเล่า

    서술문은 기본문장형식에 준한다.

    | 보기 | 날씨가 추워요
    อากาศหนาว

    그는 사업가예요
    เขาเป็นนักธุรกิจ

    우리는 한국어를 배워요
    เราเรียนภาษาเกาหลี

    그는 우리에게 한국어를 가르쳐요
    เขาสอนภาษาเกาหลีเรา

    우리 친구는 매일 좋은 책을 읽어요
    เพื่อนเราอ่านหนังสือดีๆ ทุกวัน

문법 ไวยากรณ์

2. 의문문 – ประโยคคำถาม

   의문문은 의문대명사와 의문수식사를 각기 해당위치에 배열한다.

   보기 당신은 어디에 가요?
   คุณไปไหน

   당신은 무엇을 좋아해요?
   คุณชอบอะไร

   당신은 누구예요?
   คุณเป็นใคร

   그는 언제 졸업해요?
   เขาจะเรียนจบเมื่อไร

   요즘 날씨가 어때요?
   หมู่นี้อากาศเป็นอย่างไร

3. 명령문 – ประโยคคำสั่ง

   명령문은 지령받는 2인칭 대명사를 생략한다.

   보기 커피 한잔 주세요
   ขอกาแฟแก้วหนึ่ง

   식사를 천천히 하세요
   กรุณาทานอาหารช้าๆ

   다음에 또 오세요
   เชิญมาต่อไปอีก

   교실에서 떠들지 마세요
   กรุณาอย่าพูดเสียงดังในห้องเรียนน

   공부하는데 인내심을 사용하세요
   กรุณาใช้ความอดทนในการเรียนหนังสือ

4. 부정문 - ประโยคปฏิเสธ

부정문은 단어를 부정할 때 주로 "안"(ไม่)이란 부정 진술수식사를 부정하고자 하는 단어 앞에 쓰고 "~지않다"(ไม่)라는부정 진술 수식사를 부정하고자 하는 단어 뒤에 쓰며 "~지 못하다" (ไม่เป็น)나 "~수없다" (ไม่ได้)라는 부정 진술 수식사를 부정하고자 하는 단어 뒤에 쓰고, 또 문장 전체를 부정할 때에는 "아니오"(เปล่า)를 문두에 쓴다.

보기 우리는 술을 안마셔요
เราไม่ดื่มเหล้า

이 꽃은 예쁘지 않아요
ดอกไม้นี้ไม่สวย

우리는 한국어를 읽을 수 없어요
เราอ่านภาษาเกาหลีไม่ได้

우리는 술을 마시지 못해요
เราดื่มเหล้าไม่เป็น

아니요, 우리는 시간이 있어요
เปล่า เรามีเวลาว่าง

5. 감탄문 - ประโยคอุทาน

감탄문은 각기 기분에 맞는 감탄사를 문두에 사용한다.

보기 만세! 우리 팀이 이겼다
ไชโย ทีมเราชนะแล้ว

아이! 깜짝이야
อุ๊ย ตกใจ

흥! 거짓말 하지마
ฮือ อย่าพูดโกหกซิ

제기랄! 또 시험에 떨어졌네
ไอ้หา สอบตกอีกแล้ว

어! 이제 생각났다
อ้อ ตอนนี้นึกออกแล้ว

ภาคที่ 3
คำศัพท์ที่มักใช้กัน
제3부 주로 사용하는 단어

제1과	가족관계	
บทที่ 1	ความสัมพันธ์ทางครอบครัว	
제2과	숫자	
บทที่ 2	ตัวเลข	
제3과	시간	
บทที่ 3	เวลา	
제4과	색깔	
บทที่ 4	สี	
제5과	방향	
บทที่ 5	ทิศทาง	
제6과	측량 단위	
บทที่ 6	หน่วยการวัด	
제7과	신체	
บทที่ 7	ร่างกาย	
제8과	의학	
บทที่ 8	การแพทย์	
제9과	교통	
บทที่ 9	การคมนาคม	
제10과	일상생활용품	
บทที่ 10	ของใช้ในชีวิตประจำวัน	

제1과 가족관계

บทที่ 1 ความสัมพันธ์ทางครอบครัว

ภาษาไทย 태국어	การออกเสียงภาษาไทย 태국어발음	ภาษาเกาหลี 한국어	การออกเสียงภาษาเกาหลี 한국어발음
ปู่	뿌̄–	(친)할아버지	(ชิน)ฮาราบอจี
ย่า	야̂–	(친)할머니	(ชิน)ฮัลมอนี
ตา	따̄–	외할아버지	เว ฮาราบอจี
ยาย	야̄–이	외할머니	เว ฮัลมอนี
พ่อ	퍼̂–	아버지, 아빠	อาบอจี, อาปา
แม่	매̂–	어머니, 엄마	ออมอนี, ออมมา
ลูกชาย	루̂–ㄱ차̄–이	아들	อาดึล
ลูกสาว	루̂–ㄱ싸̌–오	딸	ตัล
หลานชาย	라̌–ㄴ차̄–이	손자	ซนจา
หลานสาว	라̌–ㄴ싸̌–오	손녀	ซนยอ
พี่ชาย	피̂–차̄–이	형, 오빠	ฮยอง, โอปา
พี่สาว	피̂–싸̌–오	누나, 언니	นูนา, ออนนี
น้องชาย	너́–ㅇ차̄–이	남동생	นำดงแซง
น้องสาว	너́–ㅇ싸̌–오	여동생	ยอดงแซง
สามี	싸̌–미̄–	남편	นำพิยอน

주로 사용하는 단어 คำศัพท์ที่มักใช้กัน

ภรรยา	판야-	아내	อาแน
พ่อสามี	퍼-싸-미-	시아버지	ซีอาบอจี
แม่สามี	매-싸-미-	시어머니	ซีออมอนี
พ่อตา	퍼-따-	장인	จังอิน
แม่ยาย	매-야-이	장모	จังโม
อา, ลุง	아, 룽	삼촌	ซาชน
น้า, ลุง	나, 룽	외삼촌	เวซาชน
ป้าเขย, น้าเขย	빠-크ㅓ-이, 나-크ㅓ-이	숙모	สุกโม
ป้าสะใภ้, น้าสะใภ้	빠-싸파이, 나-싸파이	외숙모	เวสุกโม
พี่เขย	피-코ㅓ-이	형부	ฮิยองบู
พี่สะใภ้	피-싸파이	형수	ฮิยองซู
น้องเขย	너-ㅇ크ㅓ-이	제부	เจบู
น้องสะใภ้	너-ㅇ싸파이	제수	เจซู
ป้า	빠-	고모	โคโม
ลุง	룽	고모부	โคโมบู
น้าสาว	나-싸-오	이모	อีโม
น้าเขย, ลุงเขย	나-크ㅓ-이, 룽크ㅓ-이	이모부	อีโมบู
ลูกสะใภ้	루-ㄱ싸파이	며느리	มิยอนือรี
ลูกเขย	루-ㄱ크ㅓ-이	사위	ซาวี

第3부 주로 사용하는 단어 41

제2과 숫자

บทที่ 2 ตัวเลข

1. 태국어 숫자 - ตัวเลขภาษาไทย

ตัวเลข อ่านและนับ		ตัวเลข ลำดับ - 서수사	
ภาษาไทย 태국어	การออกเสียง ภาษาไทย 태국어발음	ภาษาไทย 태국어	การออกเสียง ภาษาไทย 태국어발음
๑ (1)	능̀	ที่๑	티̂-능̀
๒(2)	써̌-ㅇ	ที่๒	티̂-써̌-ㅇ
๓(3)	싸̌-ㅁ	ที่๓	티̂-싸̌-ㅁ
๔(4)	씨̀-	ที่๔	티̂-씨̀-
๕(5)	하̂-	ที่๕	티̂-하̂-
๖(6)	혹̀	ที่๖	티̂-혹̀
๗(7)	쩻̀	ที่๗	티̂-쩻̀
๘(8)	빼̀-ㅅ	ที่๘	티̂-빼̀-ㅅ
๙(9)	까̂오	ที่๙	티̂-까̂오
๑๐(10)	씹̀	ที่๑๐	티̂-씹̀
๑๑(11)	씹̀엣̀	ที่๑๑	티̂-씹̀엣̀
๑๒(12)	씹̀써̌-ㅇ	ที่๑๒	티̂-씹̀써̌-ㅇ
๒๐(20)	이̂-씹̀	ที่๒๐	티̂-이̂-씹̀
๒๑(21)	이̂-씹̀엣̀	ที่๒๑	티̂-이̂-씹̀엣̀
๑๐๐(100)	러-́이	ที่๑๐๐	티̂-러-́이

๑,๐๐๐(1,000)	판	ที่๑,๐๐๐	티-판
๑๐,๐๐๐(10,000)	므-ㄴ	ที่๑๐,๐๐๐	티-므-ㄴ
๑๐๐,๐๐๐(100,000)	쌔-ㄴ	ที่๑๐๐,๐๐๐	티-쌔-ㄴ
๑,๐๐๐,๐๐๐(1,000,000)	라-ㄴ	ที่๑,๐๐๐,๐๐๐	티-라-ㄴ

2. 한국어 숫자 - ตัวเลขภาษาเกาหลี

ภาษเกาหลี 한국어	ตัวเลข อ่าน 읽는 숫자	ตัวเลขนับ 세는 숫자	ตัวเลข ลำดับ 순서 숫자(서수사)
1	일	하나(한)	첫(번)째(제1)
2	이	둘(두)	두(번)째(제2)
3	삼	셋(세)	세(번)째(제3)
4	사	넷(네)	네(번)째(제4)
5	오	다섯	다섯(번)째(제5)
6	육	여섯	여섯(번)째(제6)
7	칠	일곱	일곱(번)째(제7)
8	팔	여덟	여덟(번)째(제8)
9	구	아홉	아홉(번)째(제9)
10	십	열	열(번)째(제10)
11	십일	열하나	열한(번)째(제11)
12	십이	열둘	열두(번)째(제12)
20	이십	스물	스무(번)째(제20)
21	이십일	스물하나	스물한(번)째(제21)
100	백	백	백(번)째(제100)
1,000	천	천	천(번)째(제1000)
10,000	만	만	만(번)째(제10000)
100,000	십만	십만	십만(번)째(제100000)
1,000,000	백만	백만	백만(번)째(제1000000)
10,000,000	천만	천만	천만(번)째(제10000000)
100,000,000	억	억	억(번)째(제100000000)

제3과 시간

บทที่ 3 เวลา

ภาษาไทย 태국어	การออกเสียงภาษาไทย 태국어발음	ภาษาเกาหลี 한국어	การออกเสียงภาษาเกาหลี 한국어발음
ปี	삐-	년	นิยอน
ปีนี้	삐-니-	금년	คิมนิยอน
ปีหน้า	삐-나-	내년	แนนิยอน
ปีที่แล้ว	삐-티-래-오	작년	จังนิยอน
เดือน	드-언	달, 월	ดัล,วอล
เดือนนี้	드-언니-	이달	อีดัล
เดือนหน้า	드-언나-	다음달	ดาอึมดัล
เดือนที่แล้ว	드-언티-래-오	지난달	จีนันดัล
วันนี้	완니-	오늘	โอนึล
พรุ่งนี้	프룽니-	내일	แนอิล
เมื่อวานนี้	므-어와-ㄴ니-	어제	ออเจ
โมง	모-ㅇ	시	ซี
นาที	나-티-	분	บุน
วินาที	위나-티-	초	โช
ชั่วโมง	추-어모-ㅇ	시간	ซีคัน
วัน(ที่)	완(티-)	일	อิล
วันจันทร์	완짠	월요일	วอลโยอิล

주로 사용하는 단어 คำศัพท์ที่มักใช้กัน

วันอังคาร	완앙카-ㄴ	화요일	ฟาโยอิล
วันพุธ	완픗	수요일	ซูโยอิล
วันพฤหัสบดี	완파르핫싸바디-	목요일	มกโยอิล
วันศุกร์	완쑥	금요일	คึมโยอิล
วันเสาร์	완싸오	토요일	โทโยอิล
วันอาทิตย์	완아-팃	일요일	อิลโยอิล
สัปดาห์	쌉다-	주	จู
สัปดาห์นี้	쌉다-니-	이번주	อีบอนจู
สัปดาห์หน้า	쌉다-나-	다음주	ดาอึมจู
สัปดาห์ที่แล้ว	쌉다-티-래-오	지난주	จีนันจู
มกราคม	마까라-콤	일월	อิลวอล
กุมภาพันธ์	꿈파-판	이월	อีวอล
มีนาคม	미-나-콤	삼월	ซ่ำวอล
เมษายน	메-싸-욘	사월	ซาวอล
พฤษภาคม	프르싸파-콤	오월	โอวอล
มิถุนายน	미투나-욘	유월	ยูวอล
กรกฎาคม	까라까다-콤	칠월	ชิลวอล
สิงหาคม	씽하-콤	팔월	พัลวอล
กันยายน	깐야-욘	구월	คูวอล
ตุลาคม	뚜라-콤	시월	ชิวอล
พฤศจิกายน	프르쌋찌까-욘	십일월	สิบอิลวอล
ธันวาคม	탄와-콤	십이월	สิบอีวอล
ฤดูใบไม้ผลิ	르두-바이마이플리	봄	บม
ฤดูร้อน	르두-러-ㄴ	여름	ยอรึม
ฤดูใบไม้ร่วง	르두-바이마이루-엉	가을	คาอึล
ฤดูหนาว	르두-나-오	겨울	คิยออุล
ฤดูฝน	르두-혼	우기	อูคี
ฤดูแล้ง	르두-래-ㅇ	건기	คอนคี

제4과 색깔

บทที่ 4 สี

ภาษาไทย 태국어	การออกเสียง ภาษาไทย 태국어발음	ภาษาเกาหลี 한국어	การออกเสียง ภาษาเกาหลี 한국어발음
สีแดง	씨̌–대̄–ㅇ	빨강색	ปั๊ลคังแสก
สีขาว	씨̌–카–오̌	흰색	ฮินแสก
สีฟ้า	씨̌–화́–	하늘색	ฮานึลแสก
สีเขียว	씨̌–키–야̌오	초록색	โชรกแสก
สีดำ	씨̌–담̄	검정색	คอมจองแสก
สีชมพู	씨̌–촘̄푸̄–	분홍색	บุนฮงแสก
สีเทา	씨̌–타̄오	회색	เฮแสก
สีเหลือง	씨̌–르–엉̌	노랑색	โนรังแสก
สีน้ำตาล	씨̌–남́따̄–ㄴ	갈색	คัลแซก
สีน้ำเงิน	씨̌–남́응어̄–ㄴ	곤색	คนแสก
สีม่วง	씨̌–무–엉̂	보라색	โบราแสก
สีแสด	씨̌–쌔–ㅅ̀	주황색	จูฮวังแสก
สีส้ม	씨̌–쏨̂	오렌지색	โอเรนจีแสก

제5과 방향

บทที่ 5 ทิศทาง

ภาษาไทย 태국어	การออกเสียงภาษาไทย 태국어발음	ภาษาเกาหลี 한국어	การออกเสียงภาษาเกาหลี 한국어발음
ทางตะวันออก	타–ㅇ따완어–ㄱ	동쪽	ดงจก
ทางตะวันตก	타–ㅇ따완똑	서쪽	ซอจก
ทางใต้	타–ㅇ따이	남쪽	นำจก
ทางเหนือ	타–ㅇ느–어	북쪽	บุกจก
ข้างบน	카–ㅇ본	위쪽	วีจก
ข้างใต้	카–ㅇ따이	밑쪽	มิดจก
ข้างล่าง	카–ㅇ라–ㅇ	아래쪽	อาแรจก
ข้างซ้าย	카–ㅇ싸–이	왼쪽	เวนจก
ข้างขวา	카–ㅇ콰–	오른쪽	โอรึนจก
ข้างหน้า	카–ㅇ나–	앞쪽	อับจก
ข้างหลัง	카–ㅇ랑	뒤쪽	ดวิจจก
ข้าง ๆ	캉카–ㅇ	옆쪽	ยอบจก
ข้างใน	카–ㅇ나이	안쪽	อันจก
ข้างนอก	카–ㅇ너–ㄱ	바깥쪽	บากัดจก

제6과 측량단위

บทที่ 6 หน่วยการวัด

ภาษาไทย 태국어	การออกเสียงภาษาไทย 태국어발음	ภาษาเกาหลี 한국어	การออกเสียงภาษาเกาหลี 한국어발음
ความยาว	콰–ㅁ야–오	길이	คีรี
ความกว้าง	콰–ㅁ꽈–ㅇ	넓이	นอลบี
ความสูง	콰–ㅁ쑤–ㅇ	높이, 키	นบพี คี
มิลลิเมตร	민리멧	밀리미터	มิลิมีทอ
เซนติเมตร	쎄–ㄴ띠멧	센티미터	เซนทีมีทอ
เมตร	멧	미터	มีทอ
กิโลเมตร	낄로–멧	킬로미터	คิลโลมีทอ
น้ำหนัก	남낙	무게	มูเค
กรัม	끄람	그램	คือแรม
กิโลกรัม	낄로–끄람	킬로그램	กิลโลคือแรม
ตัน	딴	톤	ทน
ชั่ง	창	근	คึน
ความร้อน	콰–ㅁ러–ㄴ	온도	อนโด
ความชื้น	콰–ㅁ츠–ㄴ	습도	สึบโด
องศา	옹싸–	도	โด
เงินตรา	응어–ㄴ뜨라–	화폐	ฟาเพ
บาท	바–ㅅ	바트	บาทือ
วอน	워–ㄴ	원	วอน
ดอลลาร์	덜–라–	달러	ดัลลอ

제7과 신체

บทที่ 7 ร่างกาย

ภาษาไทย 태국어	การออกเสียงภาษาไทย 태국어발음	ภาษาเกาหลี 한국어	การออกเสียงภาษาเกาหลี 한국어발음
หัว	후–어	머리	มอรี
ตา	따–	눈	นุน
หู	후–	귀	ควี
จมูก	짜무–ㄱ	코	โค
ปาก	빠–ㄱ	입	อิบ
ฟัน	환	이	อี
คอ	커–	목	มก
ไหล่	라이	어깨	ออแก
แขน	캐–ㄴ	팔	พัล
มือ	므–	손	ซน
นิ้วมือ	니–유므–	손가락	ซนคารัก
นม	놈	유방	ยูบัง
สะดือ	싸드	배꼽	แบกบ
สะโพก	싸포–ㄱ	엉덩이	อองดองอี
ขา	카–	다리	ดารี
เท้า	타오	발	บัล
นิ้วเท้า	니–유타오	발가락	บัลการัก
เนื้อ	느–어	살	ซัล
กระดูก	끄라두–ㄱ	뼈	ปียอ
เอว	에–오	허리	ฮอรี

제8과 의학

บทที่ 8 การแพทย์

ภาษาไทย 태국어	การออกเสียงภาษาไทย 태국어발음	ภาษาเกาหลี 한국어	การออกเสียงภาษาเกาหลี 한국어발음
นายแพทย์	나-이패-ㅅ	의사	อึยซา
เภสัชกร	페-쌋차꺼-ㄴ	약사	ยักซา
นางพยาบาล	나-ㅇ파야-바-ㄴ	간호사	คันโฮซา
โรงพยาบาล	로-ㅇ파야-바-ㄴ	병원	บิยองวอน
ร้านขายยา	라-ㄴ카-이야-	약국	ยักกุก
โรค	로-ㄱ	병	บิยอง
โรคเบาหวาน	로-ㄱ바오와-ㄴ	당뇨병	ดังนิโยบิยอง
โรคมะเร็ง	로-ㄱ마렝	암	อำ
โรคระบาด	로-ㄱ라바-ㅅ	전염병	จอนยอมบิยอง
โรคหวัด	로-ㄱ왓	감기	คำคี
โรคหัวใจ	로-ㄱ후-어짜이	심장병	ซิมจังบิยอง
โรคผิวหนัง	로-ㄱ피-유낭	피부병	พีบูบิยอง
อักเสบ	악쎄-ㅂ	염	ยอม
ไขข้ออักเสบ	카이커-악쎄-ㅂ	관절염	ควันจอลยอม
ยา	야-	약	ยัก
ยาน้ำ	야-남	물약	มุลยัก

주로 사용하는 단어 คำศัพท์ที่มักใช้กัน

ยาเม็ด	야-멧	알약	อัลยัก
ยาถ่าย	야-타-이	설사약	ซอลซายัก
ยานอนหลับ	야-넌-ㄴ랍	수면제	ซูมิยอนเจ
ยาผง	야-퐁	가루약	คารูยัก
ยาบำรุง	야-밤룽	보약	โบยัก
ยาแก้หวัด	야-깨-왓	감기약	คำคียัก
ยาย่อยอาหาร	야-여-이아-하-ㄴ	소화제	โซฮวาเจ
ความดันโลหิต	콰-ㅁ단로-힛	혈압	ฮิยอลอับ
ความดันโลหิตสูง	콰-ㅁ단로-힛쑤-ㅇ	고혈압	โคฮิยอลอับ
ความดันโลหิตต่ำ	콰-ㅁ단로-힛땀	저혈압	จอฮิยอลอับ
การเข้าโรงพยาบาล	끼-ㄴ카오로-ㅇ파야-바-ㄴ	입원	อิบวอน
การออกโรงพยาบาล	끼-ㄴ어-ㄱ로-ㅇ파야-바-ㄴ	퇴원	เทวอน

제3부 주로 사용하는 단어 51

제9과 교통

บทที่ 9 การคมนาคม

ภาษาไทย 태국어	การออกเสียงภาษาไทย 태국어발음	ภาษาเกาหลี 한국어	การออกเสียงภาษาเกาหลี 한국어발음
รถ	롲	차	ชา
รถยนต์	롲욘	자동차	จาดงชา
รถส่วนตัว	롲-쑤-언뚜-어	자가용	จาคายง
รถเมล์	롲메-	버스	บอซือ
รถด่วน	롲두-언	고속버스	โคสกบอซือ
รถไฟ	롲화이	기차	คีชา
รถไฟฟ้า	롲화이화-	전동차	จอนดงชา
รถไฟใต้ดิน	롲화이따이딘	지하철	จีฮาซอล
รถแท็กซี่	롲택씨-	택시	แทกซี
รถจักรยาน	롲짝끄라야-ㄴ	자전거	จาจอนคอ
รถจักรยานยนต์	롲짝끄라야-ㄴ욘	오토바이	โอโทบัย
รถบรรทุก	롲반툭	화물차	ฟามุลชา
เครื่องบิน	크르-엉빈	비행기	บีแฮงคี
เรือ	르-어	배	แบ
ป้ายรถเมล์	빠-이롲메-	버스정거장	บอซือจองคอจัง
สถานีรถไฟ	싸타-니-롲화이	기차역	คีชายอก

주로 사용하는 단어 คำศัพท์ที่มักใช้กัน

สถานีรถไฟฟ้า	싸타̌−니−롯화̄이화̌−	전철역	จอนซอลยอก
สนามบิน	싸나̌−ㅁ빈	공항	คงฮัง
ท่าเรือ	타̂−르−어	항구	ฮังคู
ปั๊มน้ำมัน	빰남만	주유소	จูยูโซ

제10과 일상생활용품

บทที่ 01 ของกินของใช้ในชีวิตประจำวัน

1. 사용품 - ของใช้

ภาษาไทย 태국어	การออกเสียง ภาษาไทย 태국어발음	ภาษาเกาหลี 한국어	การออกเสียง ภาษาเกาหลี 한국어발음
เสื้อผ้า	쓰̂-어파̂-	옷	อด
ตู้เสื้อผ้า	뚜̂-쓰̂-어파̂-	옷장	อดจัง
เสื้อ	쓰̂-어	저고리	จอโครี
กางเกง	까̄-ㅇ께̄-ㅇ	바지	บาจี
กระโปรง	끄̀라쁘로̄-ㅇ	치마	ชีมา
หมวก	무̀-억	모자	โมจา
ถุงมือ	퉁̌므̄-	장갑	จังคับ
ถุงมือยาง	퉁̌므̄-야̄-ㅇ	고무장갑	โคมูจังคับ
ถุงมือหนัง	퉁̌므̄-낭̌	가죽장갑	คาจุกจังคับ
ถุงเท้า	퉁̌타́오	양말	ยังมัล
รองเท้า	러̄-ㅇ타́오	신발	ซิลบัล
รองเท้าหนัง	러̄-ㅇ타́오낭̌	구두	คูดู
รองเท้ายาง	러̄-ㅇ타́오야̄-ㅇ	고무신	โคมูซิน
รองเท้ากีฬา	러̄-ㅇ타́오끼̄-라̄-	운동화	อุนดงฟา
รองเท้าแตะ	러̄-ㅇ타́오때̀	슬리퍼	ซึลลีพอ

เตียง	띠-양	침대	ชิมแด
ผ้าปูที่นอน	파-뿌-티-너-ㄴ	요, 담요	โย ดำโย
ผ้าห่ม	파-홈	이불	อีบุล
หมอน	머-ㄴ	베개	เบเค
เครื่องสำอาง	크르-엉쌈아-ㅇ	화장품	ฟาจังพุม
เครื่องโกนหนวด	크르-엉꼬-ㄴ누-엇	면도기	มิยอนโดคี
ครีมโกนหนวด	크리-ㅁ꼬-ㄴ누-엇	면도크림	มิยอนโดคือริม
ยาสีฟัน	야-씨-환	치약	ชียัก
แปรงสีฟัน	쁘래-ㅇ씨-환	칫솔	ชิดซล
สบู่	싸부-	비누	บีนู
สบู่ล้างหน้า	싸부-라-ㅇ나-	세수비누	เซซูบีนู
สบู่ซักผ้า	싸부-싹파-	빨래비누	ปัลแลบีนู
เครื่องซักผ้า	크르-엉싹파-	세탁기	เซทักกี
เตารีด	따오리-ㅅ	다리미	ตารีมี
กระจกเงา	끄라쪽응아오	거울	คออุล
หวี	위-	빗	บิด
ตู้เย็น	뚜-옌	냉장고	แนงจังโค
นาฬิกา	나-리까-	시계	ชีเค
เครื่องโทรศัพท์	크르-엉토-라쌉	전화기	จอนฟาคี
โทรศัพท์มือถือ	토-라쌉므-트-	핸드폰	แฮนดือพน
กล้องถ่ายรูป	끌러-ㅇ타-이루-ㅂ	카메라	คาเมรา
ฟิล์ม	휨	필름	ฟิลลึม
กระดาษชำระ	끄라다-ㅅ참라	화장지	ฟาจังจี
ภาชนะ	파-차나	그릇	คือรึด
แก้ว	깨-오	잔	จัน
ตะเกียบ	따끼-얍	젓가락	จอดการัก
ช้อน	처-ㄴ	숟가락	สุดการัก
หม้อ	머-	솥	สด

หม้อหุงข้าวไฟฟ้า	머-홍카-오화이화-	전기밥솥	จอนคีบับสด
หม้อแกง	머-깨-ㅇ	국솥	กุกสด
มีด	미-ㅅ	칼	คัล
เขียง	키-양	도마	โดมา
กรรไกร	깐끄라이	가위	คาวี
กระทะ	끄라타	냄비	แนมมี
กระทะก้นแบน	끄라타꼰배-ㄴ	후라이팬	ฟุไรแพน
จาน	짜-ㄴ	접시	จอบชี
ทัพพี	탑피-	국자	กุกจา
ทัพพีตักข้าว	탑피-딱카-오	주걱	จุกอก
อ่างล้างชาม	아-ㅇ라-ㅇ차-ㅁ	싱크대	ซิงคือแด
เครื่องผสม	크르-엉파쏨	믹서기	มิกซอคี
ผ้าเช็ดเครื่องครัว	파-쳇크르-엉크루-어	행주	แฮงจู
ฟองน้ำล้างจาน	훵-ㅇ남라-ㅇ짜-ㄴ	수세미	ซูเซมี
ที่เปิดขวด	티-쁘ㅓ-ㅅ쿠-엇	병따개	บยองตาแก
พัดลม	팟롬	선풍기	ซอนพุงคี
กา	까-	주전자	จูจอนจา
ถังทิ้งเศษกระดาษ	탕팅쎄-ㅅ끄라다-ㅅ	휴지통	ฮิวจีทง
ส้อม	써-ㅁ	포크	โพคือ
โต๊ะอาหาร	또아-하-ㄴ	식탁, 밥상	สิกทัก บับซัง
ตะกร้า	따끄라-	바구니	บาคูนี
โทรทัศน์	토-라탓	텔레비전	เทลเลบีจอน
คอมพิวเตอร์	커-ㅁ퓨-떠-	컴퓨터	คอมพิวตอ
ร่มกันฝน	롬깐혼	우산	อุซัน
ร่มกันแดด	롬깐대-ㅅ	양산	ยังซัน
ผ้าเช็ดตัว	파-쳇뚜-어	수건	ซูคอน
ผ้าเช็ดมือ	파-쳇므-	손수건	ซนซูคอน
ผ้าอาบน้ำ	파-아-ㅂ남	목욕수건	มกยกซูคอน

주로 사용하는 단어 คำศัพท์ที่มักใช้กัน

บุหรี่	부리-	담배	ดำแบ
ไฟแช็ค	화이책	라이터	ลายทอ
แว่นตา	왜-ㄴ따-	안경	อันคยอง
แว่นกันแดด	왜-ㄴ깐대-ㅅ	썬그라스	ซอนคือราซือ
แหวน	왜-ㄴ	반지	บันจี
สร้อยคอ	써-이커-	목걸이	มกคอรี
เก้าอี้	까오이-	의자	อึยจา
โต๊หนังสือ	또낭쓰-	책상	แช็กซัง
เครื่องปรับอากาศ	크르-엉쁘랍아-까-ㅅ	에어컨	เอออคน
อ่างอาบน้ำ	아-ㅇ아-ㅂ남	욕조	ยกโจ
โถส้วม	토-쑤-엄	변기	บิยอนคี
ยาสระผม	야-싸폼	샴푸	ซิยามพู
เครื่องอาบน้ำ	크르-엉아-ㅂ남	샤워기	ซิยาวอคี
อ่างล้างหน้า	아-ㅇ라-ㅇ나-	세면대	เซมิยอนแด
โลชั่น	로-찬	로션	โลซิยอน
ลิปสติก	립싸띡	립스틱	ริบซือติก
น้ำยาแต่งเล็บ	남야-때-ㅇ렙	매니큐어	เมนีคิวออ
น้ำหอม	남허-ㅁ	향수	เฮียงซู
ผ้าอนามัยประจำเดือน	파-아나-마이쁘라짬드-언	생리대	แซงรีแด
ผ้าอ้อม	파-어-ㅁ	기저귀	คีจอควี
ขวดนม	쿠-엇놈	젖병	จอดบิยอง
น้ำนม	남놈	유즙기	ยูจึบคี
รถเข็นเด็ก	롯켄덱	유모차	ยูโมชา
ของเล่น	커-ㅇ레-ㄴ	장난감	จังนันกำ
เอี๊ยมเด็ก	이-얌덱	턱받이	ทอกบาจี
แป้ง	빼-ㅇ	파우더	พาอุดอ

2. 식용품 - ของกิน

ภาษาไทย 태국어	การออกเสียงภาษาไทย 태국어발음	ภาษาเกาหลี 한국어	การออกเสียงภาษาเกาหลี 한국어발음
อาหารเช้า	아-하-ㄴ차오	아침(밥)	อาชิม (บับ)
อาหารกลางวัน	아-하-ㄴ끌라-ㅇ완	점심(밥)	จอมซิม(บับ)
อาหารเย็น	아-하-ㄴ옌	저녁(밥)	จงนิยอก(บับ)
อาหาร	아-하-ㄴ	음식	อึมสิก
รายการอาหาร	라-이까-ㄴ아-하-ㄴ	메뉴	เมนิว
ข้าว	카-오	밥	บับ
แกง	깨-ㅇ	국	กุก
ข้าวสาร	카-오싸-ㄴ	쌀	ซัล
ข้าวบาเลย์	카-오바-레-	보리	โบรี
ไขมัน	카이만	기름	คีรึม
เกลือ	끄르-어	소금	โซคึม
น้ำตาล	남따-ㄴ	설탕	ซอลทัง
พริก	프릭	고추	โคชู
น้ำปลา	남쁘라-	간장	คันจัง
เต้าเจี้ยว	따오찌-야오	된장	เดนจัง
ไข่ไก่	카이까이	게란	เครัน
ผัก	팍	야채	ยาแช
หัวหอม	후-어허-ㅁ	양파	ยังพา
กระเทียม	끄라티-얌	마늘	มานึล
เต้าหู้	따오-후-	두부	ดูบู
ถั่วดิน	투-어딘	땅콩	ตังคง
ถั่ว	투-어	콩	คง
ขนมปัง	카놈빵	빵	ปัง

บะหมี่	바미-	라면	รามิยอน
ก๋วยเตี๋ยว	꾸-워이띠-야오	국수	กุกซู
ปลาโชวี	쁘라-초-위-	멸치	มิยอลชี
เนื้อ	느-어	고기	โคคี
เนื้อวัว	느-어우-어	소고기	โซโคคี
เนื้อหมู	느-어무-	돼지고기	แควจิโคคี
เนื้อไก่	느-어까이	닭고기	ดักโคคี
ปลา	쁘라-	물고기(생선)	มุลโคคี (แซง-ซอน)
ปลาดิบ	쁘라-딥	회	เฮว
มะเขือเทศ	마크-어테-ㅅ	토마토	โทมาโท
มันเทศ	만테-ㅅ	고구마	โคคูมา
มันฝรั่ง	만화랑	감자	คำจา
ผลไม้	폰라마이	과일	ควาอิล
องุ่น	앙운	포도	โพโด
แอปเปิล	애-ㅂ쁘ㅓ-ㄴ	사과	ซาควา
แพร์	패-	배	แบ
ลูกพลับ	루-ㄱ프랍	감	คำ
แตงโม	때-ㅇ모-	수박	ซูบัก
กล้วย	끄루-어이	바나나	บานานา
ส้ม	씀	오렌지	โอเรนจี
ทุเรียน	투리-얀	두리얀	ดูรียัน
มะม่วง	마무-엉	망고	มังโค
เหล้า	라오	술, 약주	ซุล,ยักจู
เหล้าฝรั่ง	라오화랑	양주	ยังจู
เหล้าโซจู	라오쏘-쭈-	소주	โซจู
เบียร์	비-야	맥주	แมกจู

น้ำผักคั้น	남팍칸	주스	จิวซือ
โคล่า	코라–	콜라	คลลา
นม	놈	우유	อุยู
กาแฟ	까–홰–	커피	คอพี
ผักคิมชิ	팍킴치–	김치	คิมชี
เนื้อสามชั้น	느–어싸–ㅁ찬	삼겹살	ซำคิยอบซัล
แกงไก่โสม	깨–ㅇ까이쏘–ㅁ	삼계탕	ซำเคทัง
เนื้อย่าง	느–어야–ㅇ	불고기	บุลโคคี
กับข้าว	깝카–오	반찬	บันชัน
อาหารเกาหลี	아–하–ㄴ까오리–	한식	ฮันสิก
อาหารฝรั่ง	아–하–ㄴ화랑	양식	ยังสิก
อาหารพื้นเมือง	아–하–ㄴ프–ㄴ므–엉	전통음식	จอนทงอึมสิก
น้ำดื่ม	남드–ㅁ	음료수	อึมริโยซู

ภาคที่ 4
บทสนทนาสำคัญ

제4부 주요 대화

제1과 인사 **บทที่ 1** การทักทาย

제2과 소개 **บทที่ 2** การแนะนำให้รู้จักกัน

제3과 감사와 사과 표현 **บทที่ 3** การแสดงความขอบคุณและขออภัย

제4과 부탁이나 권유 **บทที่ 4** การขอร้องหรือชักชวน

제5과 집에서 식사할 때 **บทที่ 5** การทานอาหารในบ้าน

제6과 외식할 때 **บทที่ 6** การทานอาหารนอกบ้าน

제7과 교통 **บทที่ 7** การคมนาคม

제8과 전화사용 **บทที่ 8** การใช้โทรศัพท์

제9과 약국에서 **บทที่ 9** ในร้านขายยา

제10과 병원에서 **บทที่ 10** ในโรงพยาบาล

제11과 호텔에서 **บทที่ 11** ในโรงแรม

제12과 미용실에서 **บทที่ 12** ในร้านเสริมสวย

제13과 공항에서 **บทที่ 13** ในสนามบิน

제14과 우체국에서 **บทที่ 14** ในที่ทำการไปรษณีย์

제15과 가게에서 **บทที่ 15** ในร้านขายของ

제1과 인사

บทที่ 1 การทักทาย

■ สวัสดี ครับ

싸왓디－크랍 (크랍: 남자가 평서문과 의문문에서 모두 문미에 사용하는 존칭어/
카 : 여자가 의문문에서 문미에 사용하는 존칭어)

안녕하세요

อัน ยอง ฮา เซ โย

■ สวัสดี ค่ะ

싸왓디－카 (카: 여자가 평서문에서 문미에 사용하는 존칭어)

안녕하세요

อัน ยอง ฮา เซ โย

■ ผมชื่อ อินารา ครับ

폼츠－이나라크랍

제 이름은 이나라예요

เจ อี รือ มึน อี นา รา เย โย

■ ขอทราบชื่อหน่อยได้ไหมครับ

커－싸－ㅂ츠－너－이다이마이크랍

이름이 무엇이지요?

อี รือ มี มู ออ ซี จี โย้

■ **ดิฉันชื่อ คิม เซ มิ ค่ะ**

디찬츠-김세미카

제 이름은 김세미예요

เจ อี รือ มึน คิม เซ มี เย โย

■ **ยินดีที่ได้รู้จักครับ**

인디-티-다이루-짝크랍

알게되어 반가워요

อัล เค เด ยอ บัน คา วอ โย

■ **ดิฉันก็เช่นเดียวกันค่ะ**

디찬꺼체-ㄴ디-야오깐카

저도 마찬가지예요

จอ โด มา ชัน คา จิ เย โย

■ **ดิฉันอายุ 25 ปีค่ะ**

디찬아-유이-씹하-삐-카

저는 25살 이예요

จอ นึน ซือ มูล ตา สอจ ซัล อี เย โย

■ **แล้วคุณละครับ**

래-오쿤라크랍

그럼 낭신은요?

คือ รอม ดัง ซี นึน โย้

■ **ดิฉันอายุ 25 ปีค่ะ**

디찬아-유이-씹하-삐-카

저는 25살 이예요

จอ นึน ซือ มูล ตา สอจ ซัล อี เย โย

■ คุณแต่งงานแล้วหรือยังครับ

쿤때-ㅇ응아-ㄴ래-오르-양크랍

결혼했어요?

คิยอล ฮน แฮด ซอ โย้

■ ดิฉันยังไม่ได้แต่งงานค่ะ

디찬양마이다이때-ㅇ응아-ㄴ카

아직 미혼이예요

อาจิก มี ฮน อิ เย โย

■ ผมแต่งงานแล้วครับ

폼때-ㅇ응아-ㄴ래-오크랍

나는 결혼했어요

นา นึน คิยอล ฮน แฮด ซอ โย

■ มีลูกกี่คนคะ

미-루-ㄱ끼-콘카

자식이 몇 명 이예요?

จา ซิ คี มิยอด มิยอง อี เย โย้

■ สองคนครับ ลูกชายคนหนึ่ง ลูกสาวคนหนึ่ง

써-ㅇ콘크랍 루-ㄱ차-이콘능루-ㄱ싸-오콘능

아들 하나 딸 하나 두 명 이예요

อา ดึล ฮา นา ตัล ฮา นา ดู มิยอง อี เอ โย

■ ดิฉันเป็นครูค่ะ

디찬뻰크루-카

저는 선생 이예요

จอ นึน ซอน แซง อี เอ โย

■ ผมเป็นพนักงานบริษัทครับ

폼뻰파낙응아-ㄴ버-리쌋크랍

저는 회사직원 이예요

จอ นึน เฮ ซา จีค วอน อิ เย โย

■ หวังว่าเราคงพบกันใหม่นะครับ

왕와-라오콩폽깐마이나크랍

다음에 또 만나요

ดา อึม เอ โต มัน นา โย

■ ค่ะ สวัสดีค่ะ

카싸왓디-카

네 안녕히 가세요

เน อัน ยอง ฮี คา เซ โย

■ ครับ สวัสดีครับ

크랍싸왓디-크랍

네 안녕히 계세요

เน อัน ยอง ฮี เค เซ โย

제2과 소개

บทที่ 2 การแนะนำให้รู้จักกัน

- **สวัสดี ครับ**
  싸왓디-크랍
  안녕하세요
  อัน ยอง ฮา เซ โย

- **สวัสดี ค่ะ**
  싸왓디-카
  안녕하세요
  อัน ยอง ฮา เซ โย

- **ผมขอแนะนำให้รู้จักเพื่อนคนหนึ่งครับ**
  폼커-내남하이루-짝프-언콘능크랍
  친구를 소개하겠어요
  ชิน คู รึล โซ แค ฮา เก็ด ซอ โย

- **เป็นเพื่อนคนไทยครับ**
  뻰프-언콘타이크랍
  태국 친구 예요
  แท กุก ชิน คู เย โย

■ **สวัสดีครับ ผมชื่อ ชวน เพชรแก้วครับ**

싸왓디-크랍 폼츠-추-언펫깨-오크랍

안녕하세요 제 이름은 추언 펫깨-오 예요

อัน ยอง ฮา เซ โย เจอี รือมึน ชวน เพชรแก้ว เย โย

■ **ดิฉันชื่อ คิม เซมี ยินดีที่ได้รู้จักกันค่ะ**

디찬츠-김세미 인디-티-다이루-짝깐카

제 이름은 김세미예요. 알게되어 반가워요

เจ อี รือ มึน คิม เซ มี เยโย อัล เค เด ยอ บัน คา วอ โย

■ **ผมก็เช่นเดียวกันครับ**

폼꺼체-ㄴ 디-야오깐크랍

저도 마찬가지예요

จอ โด มา ชัน คาจี เย โย

■ **มาทำอะไรที่เกาหลีคะ**

마- 탐아라이티- 까올리-카

어떻게 한국에 왔어요?

ออ ตอ เค ฮัน คู เค วัด ซอ โย้

■ **มาทำงานครับ**

마-탐응아-ㄴ크랍

일하러 왔어요

อิล ฮา รอ วัด ซอโย

■ **ทำงานอะไรคะ**

탐응아-ㄴ아라이카

무슨 일을 하세요?

มู ซึน อี ริล ฮา เซ โย้

■ เป็นพนักงานบริษัท สาขาประจำเกาหลีครับ

뻰파낙응아–ㄴ버–리쌋싸–카–쁘라짬까올리–크랍

한국지사 직원이예요

ฮัน กุ๊ก จีซา จี ควอน อี เอ โย

■ มีครอบครัวมาด้วยใช่ไหมคะ

미–크러–ㅂ크루–어마–두–워이차이마이카

가족도 같이 왔지요?

คา จก โต คา ชี วัด จี โย้

■ ใช่ครับ

차이크랍

네

เน

■ มีลูกกี่คนคะ

미–루–ㄱ끼–콘카

자식이 몇 명 이예요?

ชา ซี ดี มิยอด มิยอง อี เอ โย้

■ มีลูกชายคนหนึ่งกับลูกสาวคนหนึ่งครับ

미–루–ㄱ차–이콘능깝루–ㄱ싸–오콘능크랍

아들 한 명과 딸 한 명 있어요

อา ตึล ฮัน มิยอง ควา ตัล ฮัน มิยอง อิจ ซอ โย

■ ลูกพูดภาษาเกาหลีได้ไหมคะ

루–ㄱ 푸–ㅅ 파–싸–까올리–다이마이카

자제분은 한국어를 말 할 수 있어요?

จา เจ บุน อึน ฮันกูคอ รึล มัล ฮัล ซู อิจ ซอ โย้

■ **ตอนนี้กำลังเรียนอยู่ครับ**

떠-ㄴ 니-깜랑리-얀유-크랍

지금 배우고 있어요

จี คึม แบ อู โก อิจ ซอ โย

■ **พักอยู่ที่ไหนคะ**

팍유-티-나이카

댁이 어디에 있어요?

แด คี ออ ดิ เอ อิจ ซอ โย๊

■ **อยู่ในซอย 3 ถนนจงโนครับ**

유-나이써-이싸-ㅁ타논종로크랍

종로 3가에 있어요

จงโน ซำ คา เอ อิจ ซอ โย

■ **ตอนนี้ถึงเวลาทำงานแล้วค่ะ**

떠-ㄴ니-틍웨-라-탐응아-ㄴ래-오카

이제 일하러 가야해요

อี เจ อิลฮา รอ คา ยา แฮ โย

■ **วันหลังพบกันใหม่นะคะ สวัสดีค่ะ**

완랑폽깐마이나카 싸왓디-카

다음에 다시 만나요 안녕히 계세요

ดา อึม เอ คา ซี มัน นา โย อัน ยอง ฮี เค เซ โย

■ **แน่นอนครับ สวัสดีครับ**

내-너-ㄴ 크랍 싸왓디- 크랍

물론이지요 안녕히 가세요

มุล ลน อี จี โย อัน ยอง ฮี คา เซ โย

제3과 감사와 사과표현

บทที่ 3 การแสดงความขอบคุณและขอโทษ

■ ขอบคุณครับ (ค่ะ)

커̀–ㅂ쿤̄크́랍 (카̂)

고마워요

โค มา วอ โย

■ ขอบคุณครับ (ค่ะ) ที่ให้ความช่วยเหลือ

커̀–ㅂ 쿤̄크́랍 (카̂) 티̂–하̂이콰̂–ㅁ 추̄–워̂이르̌–어

도와주어서 고마워요

โด วา จู ออ ซอ โค มา วอ โย

■ ขอขอบพระคุณครับ (ค่ะ)

커̌–커̀–ㅂ 프́라쿤̄크́랍 (카̂)

감사해요

คำ ซา แฮ โย

■ ขอขอบพระคุณครับ (ค่ะ) ที่ให้ยืมเงิน

커̌–커̀–ㅂ 프́라쿤̄크́랍 (카̂) 티̂–하̂이이̂으̄–ㅁ응어̄–ㄴ

돈을 빌려주셔서 감사해요

โด นึล บิล ลิยอ จู ซิยอ ซอ คำ ซา แฮ โย

■ ขอโทษครับ (ค่ะ)

커-토-ㅅ크랍 (카)

미안해요

มี อัน แฮ โย

■ ขอโทษครับ (ค่ะ) ที่มาสาย

커-토-ㅅ크랍 (카) 티-마-싸-이

늦게와서 미안해요

นึจ เก วา ซอ มี อัน แฮ โย

■ ขอประทานโทษครับ (ค่ะ)

커-쁘라타-ㄴ 토-ㅅ크랍 (카)

죄송해요

เจ ซง แฮ โย

■ ขอประทานโทษครับ (ค่ะ) ที่รบกวนท่าน

커-쁘라타-ㄴ토-ㅅ크랍 (카) 티-롭꾸-언타-ㄴ

선생님께 폐를 끼쳐서 죄송해요

ซอน แซง นิม เก เพรึล กี ซิยอ ซอ เจ ซง แฮ โย

■ ขออภัยโทษครับ (ค่ะ)

커-아파이토-ㅅ크랍 (카)

용서해 주세요

ยง ซอ แฮ จู เซ โย

■ ไม่เป็นไรครับ (ค่ะ)

마이뻰라이크랍 (카)

괜찮아요

แควน ซัน อา โย

제4과 부탁이나 권유

บทที่ 4 การขอร้องหรือชักชวน

■ ขอเข้าไปได้ไหมครับ

커–카오빠이다이마이크랍

들어가도 돼요?

ดือ รอ คา โด แดว โย้

■ กรุณารอสักครู่ค่ะ

까루–나–러–싹크루–카

잠깐만 기다리세요

ซำ กัน มัน คี ดา รี เซ โย

■ เชิญเข้ามาเร็ว ๆ ค่ะ

츠–ㅣ–ㄴ카오마–레오레오카

어서 오세요

ออ ซอ โอ เซ โย

■ ยินดีต้อนรับครับ

인디–떠–ㄴ랍카

기꺼이 환영해요

คี กอ ยี ฟัน ยอง แฮ โย

■ **เชิญนั่งค่ะ**

츠-ㅣ-ㄴ낭카

앉으세요

อัน จือ เซ โย

■ **จะดื่มน้ำอะไรคะ**

짜드-ㅁ남아리이카

무슨 음료수를 드시겠어요?

มู ซึน อึม ริโย ซู รึล ดือ ซี เกด ซอ โย้

■ **ขอกาแฟแก้วหนึ่งครับ**

커-까-홰-깨-오능크랍

커피 한 컵 주세요

คอ พี ฮัน คอบ ซู เซ โย

■ **ขอน้ำเปล่าแก้วหนึ่งด้วยครับ**

커-남쁠라오깨-오능두-워이크랍

냉수도 한 컵 주세요

แนง ซู โด ฮัน คอบ จู เซ โย

■ **ขอสูบบุหรี่ได้ไหมครับ**

커-쑤-ㅂ부리-다이마이크랍

담배 피워도 돼요?

ดำ แบ พี วอ โด แคว โย้

■ **ที่นี่สูบบุหรี่ไม่ได้ค่ะ**

티-니-쑤-ㅂ부리-마이다이카

여기서는 담배를 피울 수 없어요

ยอ คี ซอ นึน ดำ แบ รึล พี วุล ซู ออบ ซอโย

- **มีห้องสูบบุหรี่ต่างหากค่ะ**

  미-허-ㅇ쑤-ㅂ부리-따-ㅇ하-ㄱ카

  흡연실이 따로 있어요

  ฮึบ ยอน ซิล อี ตา โร อิจ ซอ โย

- **เชิญไปสูบบุหรี่ในห้องสูบบุหรี่ค่ะ**

  츠-ㅣ-ㄴ빠이쑤-ㅂ부리-나이허-ㅇ쑤-ㅂ부리-카

  흡연실에 가서 담배를 피우세요

  ฮึม ยอน ซิล เอ คา ซอ ดำ แบ รึล พี อู เซ โย

- **ขอดูตัวอย่างหน่อยได้ไหมครับ**

  커-두-뚜-어야-ㅇ너-이다이마이크랍

  견본 좀 보여주시겠어요?

  คิยอน บน จม โบ ยอ จู ซี เกจ ซอ โย้

- **เชิญไปทางโน้นค่ะ**

  츠-ㅣ-ㄴ빠이타-ㅇ노-ㄴ카

  저쪽으로 가세요

  จอ โจ คือ โร คา เซ โย

- **สวัสดีค่ะ ทำไมมาสายเช่นนี้คะ**

  싸왓디-카탐마이마-싸-이체-ㄴ니-카

  안녕하세요 왜 이렇게 늦게 와요?

  อัน ยอง ฮา เซ โย แว อี รอ เค นึจ เก วา โย้

- **กรุณารักษาเวลานัดด้วยค่ะ**

  까루나-락싸-웨-라-낫두-워이-카

  약속시간을 잘 지키세요

  ยัก ซก ซี คัน อึล จัล จิ คิ เซ โย

■ กรุณาอย่ามาสายอีกต่อไปนะคะ

까루나-야-마-싸-이이-ㄱ떠-빠이나카

앞으로 또 늦게 오지 마세요

อา พือ โร โต นึจ เก โอ จี มา เซ โย

■ กรุณาอย่าโกรธครับ

까루나-야-끄로-ㅅ크랍

화내지 마세요

ฟา แน จี มา เซ โย

■ รู้สึกอารมณ์ไม่ดีครับ

루-쓱아-롬마이디-크랍

기분이 안 좋아요

คี บุน อี อัน โจ อา โย

■ รู้สึกเศร้าใจครับ

루-쓱싸오짜이크랍

기분이 우울해요

คี บุน อี อู อุล แฮ โย

■ รู้สึกกลัวครับ

루-쓱끌루-어크랍

무서워요

มู ซอ วอ โย

■ กรุณาอย่าผิดหวังค่ะ

까루나-야-핏왕카

실망하지 마세요

ซิล มัง ฮา จี มา เซ โย

- **กรุณาอย่ายกเลิกค่ะ**

까루나-야-욕르ㅓ-ㄱ카

포기하지마세요

โพ คี ฮา จี มา เซ โย

- **กรุณาสะกดอกสะกดใจค่ะ**

까루나-싸꼿옥싸꼿짜이카

진정하세요

จิน จอง ฮา เซ โย

- **ตอนนี้อารมณ์เป็นอย่างไรคะ**

떠-ㄴ니-아-롬뻰야-ㅇ라이카

지금 기분이 어때요?

จี คึม คิ บุน อี ออ แต โย้

- **รู้สึกอารมณ์ดีขึ้นครับ**

루-쓱아-롬디-큰크랍

기분이 좋아진 것 같아요

คิ บุน อี โจ อา จิน คอด คา ทา โย

- **กรุณารักษาเวลานัดให้ดีต่อไปค่ะ**

까루나-락싸-웨-라-낫하이디-떠-빠이카

앞으로 약속시간을 잘 지키세요

อา พือ โร ยัก ซก ซี คัน อึล จัล จี คี เซ โย

- **กรุณาอย่าเป็นห่วงครับ**

까루나-야-뻰후-엉크랍

걱정하지 마세요

คอก จอง ฮา จี มา เซ โย

■ ผมจะรักษาเวลานัดให้ตรงต่อไปครับ

폼짜락싸-웨-라-낫하이뜨롱떠-빠이크랍

앞으로 약속시간을 똑바로 지키겠어요

อา พือ โร ยัก สก ซิ คา นึล ตก ปา โร จี คี เกด ซอ โย

■ กรุณาพูดตรงไปตรงมาค่ะ

까루나-푸-ㅅ뜨롱빠이뜨롱마-카

솔직히 말하세요

ซล จิก คี มัล ฮา เซ โย

■ พูดจริงๆครับ

푸-ㅅ찡찡크랍

정말이예요

จอง มัล อี เอ โย

제5과 집에서 식사할 때

บทที่ 5 การทานอาหารในบ้าน

■ **ถึงเวลาทานข้าวแล้วครับ**

틍웨-ㄹ라-타-ㄴ카-오래-오크랍

밥 먹을 때가 되었어요

บับ มอ คึล แต คา เค ออส ซอ โย

■ **หิวข้าวมากใช่ไหมคะ**

히-유카-오마-ㄱ차이마이카

매우 시장하시죠?

แม อู ซี จัง ฮา ซิ จิโย้

■ **ใช่ครับ วันนี้ได้เตรียมอะไรบ้างครับ**

차이크랍완니-다이뜨리-얌아라이바-ㅇ크랍

네, 오늘 무엇을 준비했어요?

เน โอ นึล มู ออ ซึล จุน บี แฮด ซอ โย้

■ **ดิฉันได้เตรียมแกงเต้าเจี้ยวที่คุณชอบค่ะ**

디찬다이뜨리-얌깨-ㅇ따오찌-야오티-쿤처-ㅂ카

나는 당신이 좋아하는 된장찌개를 준비했어요

นา นึน ดัง ซิน อี โจ อา ฮา นึน เดน จัง จี แค รึล จุน มี แฮซ ซอ โย

■ หวังว่าคงอร่อยมากครับ

왕와-콩아러-이마-ㄱ크랍

어! 참 맛있겠어요

ออ ชำ มา สิด เกด ซอ โย

■ เชิญทานมาก ๆ ค่ะ

츠-ㅣ-ㄴ타-ㄴ막마-ㄱ카

많이 드세요

มา นี ดือ เซ โย

■ คุณก็ทานมาก ๆ ด้วยครับ

쿤꺼타-ㄴ막마-ㄱ두-워이크랍

당신도 많이 드세요

ดัง ซิน โด มัน อี ดือ เซ โย

■ รสชาติเป็นอย่างไรคะ

롯차-ㅅ뻰야-ㅇ라이카

맛이 어때요?

มา ซี ออ แต โย้

■ คุณมีฝีมือปรุงอาหารดีมากครับ

쿤미-퓌-므-쁘룽아-하-ㄴ디-마-ㄱ크랍

당신 요리솜씨가 참 대단해요

ดัง ซิน โย รี ซม ซี คา ชำ แด ดัน แฮ โย

■ จริงหรือคะ ขอบคุณมากค่ะ

찡르-카 커-ㅂ쿤마-ㄱ카

정말요? 대단히 고마워요

จอง มัล โย้ แด ดัน ฮี โค มา วอ โย

■ **คุณชอบทานอาหารไทยอะไรคะ**

쿤처-ㅂ타-ㄴ아-하-ㄴ타이아라이카

무슨 태국음식을 좋아해요?

มู ซึม แท กุก อึม ซิก อึล โจ อา แฮ โย้

■ **ผมชอบแหนมครับ**

폼처-ㅂ내-ㅁ크랍

냄을 좋아해요 (냄 : 군만두 유사한 태국음식)

แนม อึล โจ อา แฮ โย

■ **งั้น ดิฉันจะทำให้ทีหลังค่ะ**

응안디찬짜탐하이티-랑카

그럼 나중에 만들어 줄께요

คือ รอม นา จุง เอ มัน ดึล ออ จุล เก โย

■ **หมู่นี้คุณผอมลงมากแล้วครับ**

무-니-쿤퍼-ㅁ롱마-ㄱ래-오크랍

요즘 많이 말랐어요

โย จึม มัน อี มัล ลัซ ซอ โย

■ **เชิญทานมาก ๆ ครับ**

츠ㅓ-ㄴ타-ㄴ막마-ㄱ크랍

많이 먹어요

มา นี มอ คอ โย

■ **ไม่เป็นไรค่ะ กลัวอ้วนขึ้นค่ะ**

마이뻰라이카 끄루-어우-언큰카

괜찮아요 뚱뚱해지기 싫어요

แควน ชัน อา โย ตุง ตุง แฮ จี คี ซิล ออ โย

■ **งั้นเหรอครับ**

응안르ㅓ-크랍

그래요?

คือ แร โย้

■ **วันนี้ทานอร่อยไหมคะ**

완니-타-ㄴ아러-이마이카

오늘 맛있게 먹었어요?

โอ นึล มา สิด เก มอ กอด ซอ โย้

■ **ทานอร่อยจริง ๆ ครับ**

타-ㄴ아러-이찡찡크랍

정말로 맛있게 먹었어요

จอง มัล โล มา สิด เก มอ คอด ซอ โย

■ **ขอบคุณค่ะ ที่ทานอร่อย**

커-ㅂ쿤카티-타-ㄴ아러-이

맛있게 먹어주어서 고마워요

มา สิด เก มอ คอ จู ออ ซอ โค มา วอ โย

■ **สำหรับวันนี้ผมจะล้างชามให้ครับ**

쌈랍완니-폼짜라-ㅇ차-ㅁ하이크랍

오늘은 내가 설거지 해줄세요

โอ นึล อึน แน คา ซอล คอ จี แฮ จุล เก โย

■ **ก็ดีเหมือนกันค่ะ**

꺼디-므-언깐카

그 역시 좋아요

คือ ยอก ซี โจ อา โย

제6과 외식할 때

บทที่ 6 การทานอาหารนอกบ้าน

- **วันนี้เราไปทานอาหารข้างนอกกันดีไหมครับ**
  완니–라오빠이타–ㄴ아–하–ㄴ카–ㅇ너–ㄱ깐디–마이크랍
  오늘 우리 외식하는게 어때요?
  โอ นึล อู รี เว สิก ฮา นึน เค ออ แต โย

- **ก็ดีเหมือนกันค่ะ**
  꺼디–므–언깐카
  네, 좋아요
  เน โจ อา โย

- **อยากทานอะไรครับ**
  야–ㄱ타–ㄴ아라이크랍
  무엇이 먹고 싶어요?
  มู ออ ซี มอค โก ซิบ พอ โย้

- **ทานอะไรก็ได้ค่ะ**
  타–ㄴ아라이꺼다이카
  무엇이든 다 좋아요
  มู ออ ซี ดึน ดา โจ อา โย

■ **แกงไก่โสมเป็นอย่างไรครับ**

깨–ㅇ까이쏘–ㅁ뻰야–ㅇ라이크랍

삼계탕이 어때요?

ซำ เค ทัง อี ออ แต โย้

■ **มีรสชาติเป็นอย่างไรคะ**

미–롯차–ㅅ뻰야–ㅇ라이카

맛이 어때요?

มา ซี ออ แต โย้

■ **อร่อยและบำรุงสุขภาพด้วยครับ**

아러–이래밤룽쑤카파–ㅂ두–워이크랍

맛있고 건강에도 좋아요

มา สิค โก คอน คัง เอ โด โจ อา โย

■ **เผ็ดไหมคะ**

펫마이카

매워요?

แม วอ โย้

■ **ไม่เผ็ดเลยครับ**

마이펫르ㅓ–이크랍

전혀 안 매워요

จอน ฮิยอ อัน แม วอ โย

■ **งั้นก็ดีค่ะ**

응안꺼디–카

그럼 좋아요

คือ รอม โจ อา โย

■ **จะดื่มเหล้าสักแก้วหนึ่งด้วยไหมครับ**

짜드-ㅁ라오싹깨-오능두워-이마이크랍

술도 한 잔 하실래요?

ซุล โด ฮัน จัน ฮา ชิล แล โย้

■ **ดิฉันดื่มเหล้าไม่เป็นค่ะ**

디찬드-ㅁ라오마이뻰카

저 술마실 줄 몰라요

จอ ซุล มา ซิล จุล มล ลา โย

■ **นิดเดียวก็พอค่ะ**

닛디-야오꺼퍼-카

조금만 이예요

โจ คึม มัน อี เอ โย

■ **ฮัลโหล ขอสั่งอาหารครับ**

할로-커-쌍아-하-ㄴ크랍

여보세요. 와서 주문 받으세요

ยอ โบ เซ โย วา ซอ จู มุน บา ดือ เซ โย

■ **จะสั่งอะไรคะ**

짜쌍아라이카

무엇을 주문하시겠어요?

มู ออ ซึล จู มุน ฮา ซี เกด ซอ โย้

■ **ขอแกงไก่โสมสองถ้วยกับเหล้าโซจูขวดหนึ่งครับ**

커-깨-ㅇ까이쏘-ㅁ써-ㅇ투-워이깝라오쏘-쭈-쿠-엇능크랍

삼계탕 둘과 소수 한 병 주세요

ซำ เค ทัง ดุล ควา โซ จู ฮัน เบียง จู เซ โย

■ กับแกล้มเหล้าละคะ

깝끌래̂-ㅁ라̂오́라̂카

술 안주는요?

ซุล อัน จู นึน โย้

■ ขอปลาหมึกทอดตัวหนึ่งครับ

커̌-쁘라̀-믁터̂-ㅅ뚜̄-어능̀크랍́

오징어 튀김 하나 주세요

โอ จิง ออ ทวี คิม ฮานา จู เซ โย

■ นี่แกงไก่โสมเอามาแล้วค่ะ

니̂-깨̄-ㅇ까̀이쏘̌-ㅁ아̄오마̄-래́-오카̂

삼계탕 나왔어요

ซำ เค ทัง นา วัส ซอ โย

■ กรุณาระวังร้อนค่ะ

까̀루나̄-라왕̄러́-ㄴ카̂

뜨거우니 조심하세요

ตือ คอ อู นี โจ ซิม ฮา เซ โย

■ เชิญทานให้อร่อยค่ะ

츠̄ㅓ-ㄴ타̄-ㄴ하̂이아̀러̀-이카̂

맛있게 드세요

มา สิค เก ดือ เซ โย

■ ขอบคุณครับ

커̀-ㅂ쿤̄크랍́

고마워요

โค มา วอ โย

■ คุณทานอร่อยไหมครับ

쿤타-ㄴ아러-이마이크랍

맛있게 먹었어요?

มา สิค เก มอ กอด ซอ โย้

■ ค่ะ ทานอร่อยมากค่ะ

카타-ㄴ아러-이마-ㄱ카

네 아주 맛있게 먹었어요

เน อาจู มา สิค เก มอ กอด ซอ โย

■ จะทานอะไรอีกไหมครับ

짜타-ㄴ아라이이-ㄱ마이크랍

뭐 더 먹을래요?

มัว ดอ มอ คึล แล โย้

■ ไม่ค่ะ อิ่มแล้วค่ะ

마이카 임래-오카

아니오, 배 불러요

อา นิ โย แบ บุล ลอ โย

■ จะดื่มเครื่องดื่มอะไรคะ

짜드-ㅁ크르-엉드-ㅁ아라이카

무슨 음료수 드실래요?

มู ซึน อึม ริโอ ซู ดือ ซิล แล โย้

■ ขอชาโสมสองแก้วครับ

커-차-쏘-ㅁ써-ㅇ깨-오크랍

인삼차 두 잔 주세요

อิน ซำ ชา ดู จัม จู เซ โย

■ คิดเงินทั้งหมดเท่าไหร่ครับ

킷응어–ㄴ탕못타오라이크랍

모두 얼마예요?

โม ดู ออล มา เย โย้

■ สองหมื่นวอนค่ะ

써–ㅇ므–ㄴ원카

20,000원 이예요

อี มัน วอน อี เอ โย

■ เชิญมาใหม่อีกนะคะ

츠ㅓ–ㄴ마–마이이–ㄱ나카

다음에 또 오세요

ดา อึม เอ โต โอ เซ โย

■ ครับ สวัสดีครับ

크랍싸왓디–크랍

네, 안녕히 계세요

เน อัน ยอง ฮี เค เซ โย

■ สวัสดีค่ะ

싸왓디–카

안녕히 가세요

อัน ยอง ฮี คา เซ โย

제7과 교통

บทที่ 7 การคมนาคม

■ **ขอโทษครับ ป้ายรถเมล์อยู่ที่ไหนครับ**

커-토-ㅅ크랍빠-이롯메-유-티-나이크랍

실례지만 버스 정거장이 어디에 있어요?

ซิล เล จี มัน บอ ซือ จอง คอ จัง อี ออ ดี เอ อิจ ซอ โย้

■ **อยู่ทางโน้นค่ะ**

유-타-ㅇ노-ㄴ카

저 쪽에 있어요

จอ โจ เค อิจ ซอ โย

■ **ไกลจากที่นี่ไหมครับ**

끌라이짜-ㄱ티-니-마이크랍

여기서 멀어요?

ยอ คี ซอ มอ รอ โย้

■ **เดินไปใช้เวลาประมาณ 5 นาทีค่ะ**

드ㅓ-ㄴ빠이차이웨-ㄹ라-쁘라마-ㄴ하-나-티-카

걸어서 약 5분 걸려요

คอ รอ ซอ ยัก โอ บุน คอล ลิยอ โย

■ รู้จักแถวนี้ดีไหมครับ
루-짝태-오니-디-마이크랍

이 지역을 잘 아세요?

อี จี ยอ คึล จัล อา เซ โย้

■ รู้จักดีพอสมควรค่ะ
루-짝디-퍼-쏨쿠-언카

어느 정도 잘 알아요

ออ นือ จอง โด จัล อัล อา โย

■ ไปตลาดนัด 5 วันอย่างไรครับ
빠이딸라-ㅅ낫하-완야-ㅇ라이크랍

5일장 시장을 어떻게 가요?

โอ อิล จัง ซี จัง อึล ออ ตอ เค คาโย้

■ ไปโดยรถเมล์หรือรถไฟใต้ดินค่ะ
빠이도-이롯메-르-롯화이따이딘카

버스나 지하철로 가세요

บอ ซือ นา จี ฮา ซอล โล คา เซ โย

■ หรือนั่งรถแท็กซี่ก็ไม่แพงค่ะ
르-낭롯택씨-꺼마이패-ㅇ카

택시 타도 비싸지 않아요

แท็ก ซี ทา โด บี ซา จี อา นา โย

■ ต้องนั่งรถเมล์เบอร์เท่าไหร่ครับ
떠-ㅇ낭롯메-브ㅓ-타오라이크랍

몇 번 버스를 타야 해요?

มิยอด ปอน บอ ซือ รึล ทา ยา แฮ โย้

- **เบอร์ 5 ค่ะ**
  브ㅓ-하-카
  5번이예요
  โอ มอน อี เอ โย

- **ขอตั๋วสองใบครับ**
  커-뚜어써-ㅇ바이크랍
  표 두장 주세요
  พิโย ดู จัง จู เซ โย

- **นี่ค่ะ เงินทอน**
  니-카 응어-ㄴ터-ㄴ
  거스름돈 여기 있어요
  คอ ซือ รึม ดน ยอ คี อิจ ซอ โย

- **ไม่ต้องเปลี่ยนสายกลางทางใช่ไหมครับ**
  마이떠-ㅇ쁠리-얀싸-이끌라-ㅇ타-ㅇ차이마이크랍
  중간에 안 갈아 타도 되지요?
  จุง คัน เอ อัน คา รา ทา โด เด จี โย

- **แน่นอนค่ะ**
  내-너-ㄴ카
  물론이지요
  มุล ลน อี จี โย

- **ต้องเปลี่ยนสายหนึ่งครั้งค่ะ**
  떠-ㅇ쁠리-얀싸-이능크랑카
  한번 갈아 타야해요
  ฮัน บอน คา รา ทา ยา แฮ โย

■ แถวนี้มีที่ทำการไปรษณีย์ไหมครับ

태-오니-미-티-탐까-ㄴ쁘라이싸니-마이크랍

이 근처에 우체국이 있어요?

อี คึนชอ เอ อู เช กู กี อิจ ซอ โย้

■ มีค่ะ เชิญไปทางโน้นค่ะ

미-카 춰-ㄴ빠이타-ㅇ노-ㄴ카

있어요. 저쪽으로 가세요

อิจ ซอ โย จอ จก อือ โร คา เซ โย

■ ไปอย่างไรดีครับ

빠이야-ㅇ라이디-크랍

어떻게 가야 좋아요?

ออ ตอ เค คา ยา โจ อา โย้

■ ตรงไปจากที่นี่ แล้วเลี้ยวซ้ายที่มุมโน้นค่ะ

뜨롱빠이짜-ㄱ티-니-래-오리-야오싸-이티-뭄노-ㄴ카

여기서 똑바로 가다가 저 모퉁이에서 좌회전하세요

ยอ คี ซอ ตก ปา โร คา ซอ จอ โม ทุง อี เอ ซอ จวา เฮ จอน ฮา เซ โย

■ ขอบคุณมากครับ

커-ㅂ쿤마-ㄱ크랍

대단히 감사해요

แด ดัน ฮี คำ ซา แฮโย

■ ไม่เป็นไรค่ะ

마이뻰라이카

천만에요

ชอน มัน เอ โย

제8과 전화사용

บทที่ 8 การใช้โทรศัพท์

■ **ฮัลโหล สวัสดีครับ**

한로－ 싸왓디－크랍

여보세요. 안녕하세요

ยอ โบ เซ โย อัน ยอง ฮา เซ โย้

■ **สวัสดีค่ะ ต้องการพูดกับใครคะ**

싸왓디－카 떠－ㅇ까－ㄴ푸－ㅅ깝크라이카

안녕하세요 누구를 찾으세요?

อัน ยอง ฮา เซ โย นู คู รึล ชา จือ เซ โย้

■ **บ้านคุณคิมใช่ไหมครับ**

바－ㄴ쿤킴차이마이크랍

김선생님 댁이 시지요?

คิม ซอน แซง นิม แด คี ซี จิ โย้

■ **ใช่ค่ะ**

차이카

네

เน

■ ไม่ใช่ค่ะ โทรมาผิดค่ะ

마이차이카 토–마–핏카

아니예요 전화 잘못 걸었어요

อา นี เย โย จอน ฮวา จัล มด คอ รอด ซอ โย

■ ขอพูดกับคุณคิมหน่อยครับ

커–푸–ㅅ깝쿤킴너–이크랍

김선생님 바꿔주세요

คิม ซอน แซง นิม บากวอ จู เซ โย

■ ท่านกำลังพูดโทรศัพท์สายอื่นอยู่ค่ะ

타–ㄴ깜랑푸–ㅅ토–라쌉싸–이으–ㄴ유–카

지금 통화 중이예요

จี คึม ทง ฮวา จุง อี เอ โย

■ ขอโทษค่ะ บอกว่าโทรมาจากใครคะ

커–토–ㅅ카 버–ㄱ와–토–마–짜–ㄱ크라이카

미안하지만 누구한테서 전화왔다고 할까요?

มิ อัน ฮา จี มัน นู คู ฮัน เท ซอ จอน ฮวา วัด ตา โค ฮัล กา โย้

■ กรุณาบอกว่าโทรมาจากเพื่อน ชวน เพชรแก้วครับ

까루나–버–ㄱ와–토–마–짜–ㄱ프–언추–언펫깨–오크랍

추언 펫깨오 친구한테서 전화왔다고 전해주세요

ชวน เพชรแก้ว ชิน คู ฮัน เท ซอ จอน ฮวา วัด ตา โค จอน แฮ จู เซ โย

■ กรุณารอสักครู่ค่ะ

까루나–러–싹크루–카

잠깐만 기다리세요

จำ กัน มัน คี ดา รี เซ โย

■ **คุณพ่อคะ มีโทรศัพท์มาจากเพื่อนค่ะ**

쿤퍼–카미–토–라쌉마–짜–ㄱ프–언카

아버지, 친구한테서 전화왔어요

อา บอ จี ชิน คู ฮัน เท ซอ จอน ฮวา วัด ซอ โย

■ **ช่วยบอกว่าพ่อจะโทรกลับไปทีหลังครับ**

추–어이버–ㄱ와–퍼–짜토–끌랍빠이티–랑크랍

아버지가 나중에 전화한다고 말해줘요

อา บอ จี คา นา จุง เอ จอน ฮวา ฮัน ดา โค มัล แฮ จู ออ โย

■ **ขอโทษค่ะ ท่านบอกว่าจะโทรกลับไปทีหลังค่ะ**

커–토–ㅅ카타–ㄴ버–ㄱ와–짜토–끌랍빠이티–랑카

죄송하지만 나중에 전화한다고 하네요

เจ ซง ฮา จี มัน นา จุง เอ จอน ฮวา ฮัน ดา โค ฮา เน โย

■ **ไม่เป็นไรครับ**

마이뻰라이크랍

알겠어요

อัล เกด ซอ โย

제9과 약국에서

บทที่ 9 ในร้านขายยา

■ **ตอนนี้คุณรู้สึกเป็นอย่างไรครับ**

떠-ㄴ니-쿤루-쓱뻰야-ㅇ라이크랍

지금 당신은 어때요?

จี คึม ดัง ซี นึน ออ แต โย้

■ **รู้สึกเป็นหวัดค่ะ**

루-쓱뻰왓카

감기 걸린 것 같아요

คำ คี คอล ลิน คอด คา ทา โย

■ **ได้ทานยาหรือยังครับ**

다이타-ㄴ야-르-양크랍

약을 먹었어요?

ยา คึล มอ คอด ซอ โย้

■ **ยังค่ะ พึ่งรู้สึกคอแห้งและตัวร้อนค่ะ**

양카 픙루-쓱커-해-ㅇ래뚜-어러-ㄴ카

아직요, 방금 목이 마르고 열이 나요

อา จิกโย บัง คึม มก อี มา รือ โก ยอล อี นา โย

■ **งั้น เชิญไปร้านขายยาก่อนครับ**

응안 츠ㅓ-ㄴ빠이라-ㄴ카-이야-꺼-ㄴ크랍

그럼 약국부터 먼저 가요

คือ รอม ยัก คุก บู ทอ มอน จอ คา โย

■ **แถวนี้มีร้านขายยาอยู่ที่ไหนคะ**

태-오니-미-라-ㄴ카-이야-유-티-나이카

이 근처에 약국이 어디 있어요?

อี คึน ซอ เอ ยัก คุก อี ออ ดี อิจ ซอ โย้

■ **อยู่แถวป้ายรถเมล์ครับ**

유-태-오빠-이롯메-크랍

버스 정거장 근처에 있어요

ปอ ซือ จอง คอ จัง คึน ชอ เอ อิจ ซอ โย

■ **ไม่สบายที่ไหนครับ**

마이싸바-이티-나이크랍

어디가 아파요?

ออ ดี คา อา พา โย้

■ **รู้สึกเป็นหวัดค่ะ**

루-쓱뻰왓카

감기에 걸린 것 같아요

คำ คี เอ คอล ลิน คอด คา ทา โย

■ **อาการเป็นอย่างไรครับ**

아-까-ㄴ뻰야-ㅇ라이크랍

증상이 어때요?

จึง ซัง อี ออ แต โย้

■ **มีไอ ตัวร้อน และปวดหัวด้วยค่ะ**

미-아이뚜-어러-ㄴ래뿌-엇후-어두-어이카

기침하고 열이 나고 머리도 아파요

คี ชิม ฮา โก ยอล อี นา โค มอ รี โด อา พา โย

■ **เป็นอย่างนี้มานานเท่าไรครับ**

뻰야-ㅇ니-마-나-ㄴ타오라이크랍

얼마나 오래 되었어요?

ออล มา นา โอ แร เด ออด ซอ โย้

■ **พึ่งเป็นเมื่อวานนี้ค่ะ**

픙뻰므-어와-ㄴ니-카

어제 부터요

ออ เจ บู ทอ โย

■ **งั้นเชิญทานยานี้ก็คงหายครับ**

응안츠ㅓ-ㄴ타-ㄴ야-니-꺼콩하-이크랍

그럼 이 약을 먹으면 나을거예요

คือ รอม อี ยัก อึล มอ คือ มิยอน นา อึล กอ เย โย

■ **ทานอย่างไรคะ**

타-ㄴ야-ㅇ라이카

어떻게 먹어요?

ออ ตอ เค มอ คอ โย้

■ **เชิญทานวันละ 3ครั้งหลังอาหาร 30นาที ตามคำแนะนำครับ**

츠ㅓ-ㄴ타-ㄴ완라싸-ㅁ크랑랑아-하-ㄴ싸-ㅁ씹나-티-따-ㅁ캄내남크랍

안내대로 하루 3번 식후 30분에 드세요

อัน แน แด โร ฮา รู เซ บอน สิก ฮู ซำ สิบ บุน เอ ดือ เซ โย

■ ขอบคุณค่ะ

커−ㅂ쿤카

감사해요

คำ ซา แฮ โย

■ ไม่เป็นไรครับ

마이뻰라이크랍

천만에요

ชอน มา เน โย

제10과 병원에서

บทที่ 10 ในโรงพยาบาล

- เป็นอะไรครับ

뻰아라이크랍

어떻게 오셨어요?

ออ กอ เค โอ ซิยอด ซอ โย้

- มีอาการปวดท้องค่ะ

미-아-까-ㄴ뿌-엇터-ㅇ카

배가 아파서요

แบ คา อา พา ซอ โย

- กรุณากรอกแบบฟอร์มนี้ครับ

까루나-끄러-ㄱ배-ㅂ훠-ㅁ니-크랍

이 서식을 작싱하세요

อี ซอ ซี คึล จัก ซอง ฮา เซ โย

- นี่ค่ะ กรอกเสร็จแล้วค่ะ

니-카 끄러-ㄱ쎗래-오카

여기 다 작성했어요

ยอ คี ดา ชัก ซอง แฮด ซอ โย

■ เชิญไปหาคุณหมอตรวจภายในทางนี้ครับ

츠ㅓ-ㄴ빠이하-쿤머-뜨루-엇파-이나이타-ㅇ니-크랍

이쪽으로 내과의사를 찾아가세요

อี โจ คือ โร แน กวา อึย ซา รึล ชา จา คา เซ โย

■ กรุณานั่งรอสักครู่ครับ

까루나-낭러-싹크루-크랍

잠깐만 앉아 기다리세요

ชำ กัน มัน จา คิ ตา ริ เซ โย

■ เชิญมาถ่าย x-ray ก่อนครับ

츠ㅓ-ㄴ마-타-이엑쓰레-이꺼-ㄴ크랍

와서 x-ray 먼저 찍으세요

วา ซอ เอก ซือ เร อิ มอน จอ จี คือ เซ โย

■ อาการเป็นอย่างไรบ้างคะ

아-까-ㄴ뻰야-ㅇ라이바-ㅇ카

증상이 어때요?

จึง ซัง อี ออ แต โย้

■ มีอักเสบในกระเพาะอาหารครับ

미-악쎄-ㅂ나이끄라퍼아-하-ㄴ크랍

위에 염증이 있어요

วี เอ ยอม จึง อี อิจ ซอ โย

■ อาการหนักไหมคะ

아-까-ㄴ낙마이카

증상이 심해요?

จึง ซัง อี ชิม แฮ โย้

■ ไม่ค่อยหนักมากเท่าไรครับ

마이커–이낙마–ㄱ타오라이크랍

그리 심하지 않아요

คือ ริ ซิม ฮา จิ อา นา โย

■ รักษาได้ใช่ไหมคะ

락싸–다이차이마이카

치료 할 수 있지요?

ซี ริโย ฮัล ซู อิจ จี โย้

■ แน่นอนครับ

내–너–ㄴ크랍

물론 이지요

มุล ลน อี จี โย

■ รักษาอย่างไรคะ

락싸–야–ㅇ라이카

어떻게 치료해요?

ออ ตอ เค ชิ ริโย แฮ โย้

■ เชิญทานยานี้แล้วสังเกตดูครับ

츠ㅓ–ㄴ타–ㄴ야–니–래–오쌍께–ㅅ두–크랍

이 약을 드시고 지켜보세요

อี ยา คึล ดือ ซี โค จิ คิยอ โบ เซ โย

■ กรุณาระวังอาหารเผ็ดและเค็มครับ

까루나–라왕아–하–ㄴ펫래켐크랍

맵고 짠 음식을 조심하세요

แมบ โก จัน อึม ซี คึล โจ ซิม ฮา เซ โย

■ **กรุณาอย่าลืมออกกำลังกายเป็นประจำด้วยครับ**

까루나-야-르-ㅁ어-ㄱ깜랑까-이뻰쁘라짬두-어이크랍

정규적으로 운동하는 것도 잊지마세요

จอง คิว จอ คือ โร อุน ดง ฮานึน คอด โต อิจ จี มา เซ โย

■ **และทานยานี้หมดแล้ว เชิญมาอีกครั้งหนึ่งครับ**

래타-ㄴ야-니-못래-오츠ㅓ-ㄴ마-이-ㄱ크랑능크랍

그리고 이 약을 다 드시고 나서 한번 더 오세요

คือ รี โค อี ยา คึล ดา ดือ ซี โค นา ซอ ฮัน บอน ดอ โอ เซ โย

■ **ขอขอบพระคุณมากค่ะ**

커-커-ㅂ프라쿤마-ㄱ카

대단히 감사해요

แด ดัน ฮี คำซา แฮ โย

제11과 호텔에서

บทที่ 11 ในโรงแรม

■ มีห้องว่างใช่ไหมครับ

미–허–ㅇ와–ㅇ차이마이크랍

빈 방이 있어요?

บิน บัง อี อิจ ซอ โย้

■ จองไว้แล้วหรือยังคะ

쩌–ㅇ와이래–오르–양카

예약 했어요?

เย ยัก แฮซ ซอ โย้

■ จองไว้โดยโทรสารแล้วครับ

쩌–ㅇ와이도–이토–라싸–ㄴ래–오크랍

Fax로 예약했어요

แฟก ซือ โร เย ยัก แฮซ ซอ โย

■ อ๋อ ต้องการห้องเตียงคู่ใช่ไหมคะ

어– 떠–ㅇ까–ㄴ허–ㅇ띠–양쿠–차이마이카

어! 2인용 방을 원하시죠?

อ้อ อี อิน ยง บัง อึล วอน ฮา จิ โย้

■ **ใช่ครับ ต้องการห้องเตียงคู่ครับ**

차이크랍 떠-ㅇ까-ㄴ허-ㅇ띠-양쿠-크랍

네, 2인용 방을 원해요

เน อี อิน ยง บัง อึล วอน แฮ โย

■ **ไม่ใช่ครับ ต้องการห้องเตียงเดี่ยวครับ**

마이차이크랍 떠-ㅇ까-ㄴ허-ㅇ띠-양디-야오크랍

아니요 1인용 방을 원해요

อา นี โย อิล อิน ยง บัง อึล วอน แฮ โย

■ **งั้นหรือคะ**

응안르-카

그래요?

คือ แร โย้

■ **ค่าห้องคืนละเท่าไรครับ**

카-허-ㅇ크-ㄴ라타오라이크랍

방값은 하루에 얼마예요?

บัง คับ ซิน ฮา รู เอ ออล มา เญ โย้

■ **ห้าหมื่นวอนค่ะ**

하-므-ㄴ원카

오만원이예요

โอ มัน วอน อี เย โย

■ **จะพักที่นี่กี่วันคะ**

짜팍티-니-끼-완카

여기에 며칠 동안 묵을 거예요?

ยอ คี เอ มิยอด ชิล ตง อัน มู คึล กอ เย โย้

■ **จะพักสามวันครับ**

짜팍싸-ㅁ완크랍

3일간 있을 거예요

ซำ อิล คัน อิจ ซึล กอ เย โย

■ **กรุณากรอกชื่อและสัญชาติลงในแบบฟอร์มนี้ค่ะ**

까루나-끄러-ㄱ츠-래싼차-ㅅ롱나이배-ㅂ훠-ㅁ니-카

이 서식에 이름과 국적을 기재하세요

อี ซอ ซี เก อี รึม กวา กุก จอ คึล คี แจ ฮา เซ โย

■ **แบบนี้ถูกต้องไหมครับ**

배-ㅂ니-투-ㄱ떠-ㅇ마이크랍

이러면 됐어요?

อี รอ มิยอน แควด ซอ โย้

■ **ถูกต้องแล้วค่ะ**

투-ㄱ떠-ㅇ래-오카

됐어요

แควด ซอ โย

■ **นี่ค่ะ กุญแจห้อง**

니-카 꾼째-허-ㅇ

방 열쇠 여기 있어요

บัง ยอล เซ ยอ คี อิจ ซอ โย

■ **เบอร์ห้องเท่าไรครับ**

브ㅓ-허-ㅇ타오라이크랍

몇 호실이에요?

มิยอด โฮ ซิล อี เอ โย

■ **ห้อง 203 ค่ะ**

허-ㅇ써-ㅇ쑤-ㄴ싸-ㅁ카

203호실 이예요

อี แบก ซำ โฮ ซิล อี เอ โย

■ **และให้ทานอาหารเช้าฟรีด้วยค่ะ**

래하이타-ㄴ아-하-ㄴ차오후리-두-워이카

그리고 아침식사는 그냥 하세요

คือ รี โค อา ชิม สิก ซา นึน คือ นิ ยัง ฮา เซ โย

■ **ที่นี่ให้บริการซักผ้าไหมครับ**

티-니-하이버-리까-ㄴ싹파-마이크랍

여기서 세탁이 돼요?

ยอ คี ซอ เซ ทัก อี แดว โย้

■ **ที่นี่มีบริการซักผ้าค่ะ**

티-니-미-버-리까-ㄴ싹파-카

여기서 세탁이 돼요

ยอ คี ซอ เซ ทัก อี แดว โย

■ **คิดค่าซักผ้าเท่าไรครับ**

킷카-싹파-타오라이크랍

세탁비는 얼마예요?

เซ ทัก ปี นึน ออล มา เย โย้

■ **ไม่แพงเท่าไหร่ค่ะ**

마이패-ㅇ타오라이카

그리 비싸지 않아요

คือ รี บี ซา จี อา นา โย

ช่วยปลุก 2 โมงเช้าพรุ่งนี้ด้วยครับ

추-워이쁠룩써-ㅇ모-ㅇ차오프룽니-두-워이크랍

내일아침 8시에 깨워주세요

แน อิล อา ชิม ยอ คอล ซี เอ แก วอ จู เซ โย

제12과 미용실에서

บทที่ 12 ในร้านเสริมสวย

■ **สวัสดีค่ะ เชิญทางนี้ค่ะ**

싸왓디-카츠ㅓ-ㄴ타-ㅇ니-카

안녕하세요 이쪽으로 오세요

อัน ยอง ฮา เซ โย อี จก อือ โร โอ โซ โย

■ **ต้องการทรงผมอะไรคะ**

떠-ㅇ까-ㄴ쏭폼아라이카

어느 헤어스타일을 원하세요?

ออ นือ เฮ ออ ซือ ทา อิล อึล วอน ฮา เซ โย้

■ **ตัดตามทรงเก่าเป็นอย่างไรครับ**

땃따-ㅁ쏭까오뻰야-ㅇ라이크랍

전 스타일대로 이발하면 어때요?

จอน ซือ ทา อิล แด โร อี บัล ฮา เมียน ออ แต โย้

■ **ก็ดีเหมือนกันค่ะ**

꺼디-므-언깐카

그것도 좋아요

คือ คอต โต โจ อา โย

■ ทรงไหนก็ได้ครับที่ดูสวย

쏭나이꺼다이크랍티-두-쑤-워이

예쁘게 보이면 어느 스타일도 돼요

เย ปือ เค โบ อี มิยอน ออ นือ ซือ ทา อิล โด เด โย

■ จะให้ดัดผมด้วยไหมคะ

짜하이닷폼두-워이마이카

파마도 하실래요?

พา มา โด ฮา ซิล แล โย้

■ แน่นอนครับ แต่อย่าให้หยิกมากนะครับ

내-너-ㄴ크랍 때-야-하이익마-ㄱ나크랍

물론이예요. 그러나 너무 곱슬거리게 하지 마세요

มุล ลน อี เย โย คือ รอ นา นอ มู คบ ซึล คอ รี เต ฮา จี มา เซ โย

■ รู้สึกผมหงอกมากไปหน่อยค่ะ

루-쓱폼응어-ㄱ마-ㄱ빠이너-이카

머리가 좀 너무 쉰 것 같은데요

มอ รี คา จม นอ มู ซวิน คอด คา ทึน เด โย้

■ จะให้ย้อมผมไหมคะ

짜하이여-ㅁ폼마이카

머리 염색하시겠어요?

มอ รี ยอม แสก ฮา ซี เกด ซอ โย้

■ ไม่ต้องก็ได้ครับ

마이떠-ㅇ꺼다이크랍

안해도 돼요

อัน แฮ โด แดว โย

■ **ตัดผมเสร็จแล้วค่ะ**

땃폼쎗래-오카

이발 다 했어요

อี บัล ดา แฮด ซอ โย

■ **โกนหนวดเสร็จแล้วค่ะ**

꼬-ㄴ누-엇쎗래-오카

면도 다 했어요

มิ ยอน โด ดา แฮด ซอ โย

■ **เชิญมาสระผมที่นี่ค่ะ**

츠ㅓ-ㄴ마-싸폼티-니-카

이리와서 머리를 감으세요

อิ รี วา ซอ มอ รี อึล คำ อือ เซ โย

■ **ผมเป็นรังแคครับ**

폼뻰랑캐-크랍

비듬이 있어요

บี ดึม อี อิจ ซอ โย

■ **กรุณาสระผมด้วยยาแก้รังแคด้วยครับ**

까루나-싸폼두-워이야-깨-랑캐-두-워이크랍

비듬약으로 머리를 감아주세요

บี ดึม ยา คือ โร มอ รี รึล คำ อา จู เซ โย

■ **กรุณาอย่าเป็นห่วงค่ะ**

까루나-야-뻰후-엉카

염려하지 마세요

ยอม ริยอ ฮา จิ มา เซ โย

주요 대화 บทสนทนาสำคัญ

■ ตัดผมเสร็จแล้วค่ะ
닷폼쎗래-오카
파마 다 했어요
พา มา ดา แฮด ซอ โย

■ ทรงผมเป็นอย่างไรคะ
쏭폼뻰야-ㅇ라이카
헤어스타일이 어때요?
เฮ ออ ซือ ทา อิล อี ออ แต โย้

■ ดีพอสมควรครับ
디-퍼-쏨쿠-언크랍
좋아요
โจ อา โย

■ จะใช้ครีมใส่ผมไหมคะ
짜차이크리-ㅁ싸이폼마이카
머리기름을 바르겠어요?
มอ รี คี รึม อึล บา รือ เก็ด ซอ โย้

■ ใส่หน่อยก็ดีครับ
싸이너-이꺼디-크랍
좀 발라주세요
จม บัล ลา จู เซ โย

■ จะแต่งหน้าด้วยอะไรคะ
짜때-ㅇ나-두-워이아라이카
무엇으로 얼굴을 화장하시겠어요?
มู ออ ซือ โร ออล คุล อึล ฟา จัง ฮา ซี เก็ด ซอ โย้

- **ช่วยทาครีมกับแป้งครับ**

  추-어이타-크리-ㅁ깝빼-ㅇ크랍

  크림과 분말을 발라주세요

  คือ ริม กวา บุน มัล อึล บัล ลา จู เซ โย

- **จะตัดเล็บด้วยไหมคะ**

  짜땃렙두-워이-마이카

  손톱도 깎겠어요?

  ซบ ทบ โด กัด เก็ด ซอ โย้

- **ก็ดีเหมือนกันครับ**

  꺼디-므-언깐크랍

  좋아요

  โจ อา โย

- **เป็นอย่างไรคะ ใช้ได้ไหมคะ**

  뻰야-ㅇ라이카차이다이마이카

  어때요? 마음에 들어요?

  ออ แต โย้ มา อึม เอ ดึล ออ โย้

- **ครับ เรียบร้อยดีครับ**

  크랍 리-얍러-이디-크랍

  네, 잘 됐어요

  เน จัล แดวด ซอ โย

- **รวมทั้งหมดราคาเท่าไรครับ**

  루-엄탕못라-카-타오라이크랍

  모두 합해서 얼마예요?

  โม ดู ฮับ แฮ ซอ ออล มา เย โย้

■ แปดพันวอนค่ะ

빼-ㅅ판원카

8천원이예요

พัล ชอน วอน อี เอ โย

■ นี่ครับ หมื่นวอน

니-크랍 므-ㄴ원

여기 만원이요

ยอ คี มัน วอน อี โย

■ นี่ค่ะ เงินทอนสองพันวอน

니-카 응어-ㄴ터-ㄴ써-ㅇ판원

여기 거스름돈 2000원 이예요

ยอ คี คอ ซือ รึม ดน อี ชอน วอน อี เอ โย

■ ขอบคุณค่ะ วันหลังเชิญใหม่นะคะ

커-ㅂ쿤카 완랑츠ㅓ-ㄴ마이나카

감사해요 다음에 또 오세요

คำ ซา แฮ โย ดา อึม เอ โต โอ เซ โย

제13과 공항에서

บทที่ 13 ในสนามบิน

■ จะเดินทางไปไหนคะ

짜드ㅓ-ㄴ타-ㅇ빠이나이카

어디로 여행가세요?

ออ ดิ โร ยอ แฮง คา เซ โย้

■ จะเดินทางไปประเทศไทยครับ

짜드ㅓ-ㄴ타-ㅇ빠이쁘라테-ㅅ타이크랍

태국으로 여행가요

แท กุก อือ โร ยอ แฮง คา โย

■ โดยสายการบินอะไรคะ

도-이싸-이까-ㄴ빈아라이카

무슨 비행기로요?

มู ซึน บี แฮง คี โร โย้

■ โดยสายการบินไทยครับ

도-이싸-이까-ㄴ빈타이크랍

타이항공으로요

ไทย ฮัง คง อือ โร โย

■ มีกระเป๋าทั้งหมดกี่ใบคะ

미-끄라빠오탕못끼-바이카

운송가방이 모두 몇 개 예요?

อุน ซง คา มัง อี โม ดู มิยอด แก เย โย้

■ มีใบเดียวครับ

미-바이디-야오크랍

단 한 개예요

ดัน ฮัน แค เย โย

■ ขอดูหนังสือเดินทางกับตั๋วเครื่องบินค่ะ

커-두-낭쓰-드ㅓ-ㄴ타-ㅇ깝뚜-어크르-엉빈카

여권과 비행기 표 보여주세요

ยอ กวอน ควา บี แฮง คี พิโย โบ ยอ จู เซ โย

■ อยู่ที่นี่ครับ

유-티-니-크랍

여기 있어요

ยอ คี อิจ ซอ โย

■ กรุณาเปิดกระเป๋าถือให้ตรวจด้วยค่ะ

까루나ㅃㅓ-ㅅ끄라빠오트-하이뜨루-엇두-워이카

손가방을 검사하게 열어주세요

ซน คา บัน อึล คอม ซา ฮา เค ยอล ออ จู เซ โย

■ กรุณายกมือขึ้นทั้งสองข้างให้ตรวจด้วยค่ะ

까루나-욕므-큰탕써-ㅇ카-ㅇ하이뜨루-엇두-워이카

두손을 검사하게 들어주세요

ดู โซ นึล คอม ซา ฮา เค ดือ รอ จู เซ โย

- **เชิญขึ้นเครื่องบินได้แล้วค่ะ**

  츠ㅓ-ㄴ큰크르-엉빈다이래-오카

  비행기를 타세요

  บี แฮง คี รึล ทา เซ โย

- **เครื่องบินจะบินขึ้นกี่โมงครับ**

  크르-엉빈짜빈큰끼-모-ㅇ크랍

  비행기는 몇시에 떠요?

  บี แฮง คี นึน มิยอด ซี เอ ตอ โย้

- **บ่ายโมงครึ่งค่ะ**

  바-이모-ㅇ크릉카

  오후 한시 반에요

  โอ ฮู ฮัน ซี บัน เอ โย

- **จากที่นี่ถึงเมืองไทยใช้เวลาเท่าไรครับ**

  짜-ㄱ티-니-틍므-엉타이차이웨-ㄹ라-타오라이크랍

  여기서 태국까지 얼마나 걸려요?

  ยอคี ซอ แท กุก กา จี ออล มา นา คอล ลิยอ โย้

- **ใช้เวลาประมาณ 5 ชั่วโมงครึ่งค่ะ**

  차이웨-ㄹ라-쁘라마-ㄴ하-추-어모-ㅇ크릉카

  약 5시간 반 걸려요

  ยัก ดา สอด ซิ คัน บัน คอล ลิยอ โย

- **เครื่องบินจวนถึงสนามบินสุวรรณภูมิแล้วค่ะ**

  크르-엉빈쭈-언틍싸나-ㅁ빈쑤완나푸-ㅁ래-오카

  비행기가 쑤완나 품 공항에 도착할 거예요

  บี แฮง คี คา สุวรรณภูมิ คง ฮัง เอ โด ชัก ฮัล คอ เย โย

■ **กรุณารัดเข็มขัดนิรภัยค่ะ**

까루나-랏켐캇니라파이카

안전벨트를 매세요

อัน จอน เบล ทือ รึล แม เซ โย

■ **เครื่องบินมาถึงเรียบร้อยแล้วค่ะ**

크르-엉빈마-틍리-얍러-이래-오카

비행기가 잘 도착했어요

บี แฮงคี คา จัล โด ชัก แฮด ซอ โย

■ **เชิญออกไปทางโน้นค่ะ**

츠ㅓ-ㄴ어-ㄱ빠이타-ㅇ노-ㄴ카

저쪽으로 나가세요

จอ โจก อือ โร นา คา เซ โย

■ **คุณมาทำอะไรที่นี่ครับ**

쿤마-탐아라이티-니-크랍

여기 어떻게 왔어요?

ยอ คี ออ ตอ เค วัด ซอ โย้

■ **ผมมาเที่ยวเฉยๆ ครับ**

폼마-티-야오츠ㅓ이츠ㅓ-이크랍

그냥 관광왔어요

คือ นิ ยัง ควัน ควัง วัด ซอ โย

■ **ในกระเป๋านี้มีอะไรบ้างครับ**

나이끄라빠오니-미-아라이바-ㅇ크랍

이 가방안에 무엇이 있어요?

อี คา บัง อัน เอ มู ออ ซี อิจ ซอ โย้

■ **มีแต่ของใช้ส่วนตัวครับ**

미-때-커-ㅇ차이쑤-언뚜-어크랍

개인용품만 있어요

แค อิน ยง พุม มัน อิจ ซอ โย

■ **กรุณาเปิดให้ตรวจหน่อยครับ**

까루나-쁘ㅓㅅ하이뜨루-엇너-이크랍

좀 검사하게 열어주세요

จม คอม ซา ฮา เค ยอ รอ จู เซ โย

■ **นี่(เป็น)อะไรครับ**

니-(뻰)아라이크랍

이것은 무엇이예요?

อี คอ ซึน มู ออ ซี เย โย้

■ **นั่นเป็นของขวัญสำหรับเพื่อนครับ**

난뻰커-ㅇ콴쌈랍프-언크랍

그것은 친구 선물이예요

คือ คอ ซึน ชิน คุ ซอน มุล อี เอ โย

■ **เรียบร้อยแล้วครับ**

리-얍러-이래-오크랍

다 됐어요

ดา แดวด ซอ โย

■ **เชิญออกไปทางนี้ครับ**

츠ㅓ-ㄴ어-ㄱ빠이타-ㅇ니-크랍

이쪽으로 나가세요

อี โจ คือ โร นา คา เซ โย

주요 대화 บทสนทนาสำคัญ

- **ขอบคุณครับ**
  커-ㅂ쿤크랍
  고마워요
  โค มา วอ โย

제14과 우체국에서

บทที่ 14 ในที่ทำการไปรษณีย์

■ **จดหมายธรรมดาภายในประเทศต้องติดแสตมป์เท่าไรครับ**

쫏마–이탐마다–파–이나이쁘라테–ㅅ떠–ㅇ띳싸때–ㅁ타오라이크랍

국내 일반편지는 얼마짜리 우표를 붙여야 해요?

กุก แน อึล บัน พิยอน จี นึน ออล มา จา รี อุ พิโย รึล บู ชิยอ ยา แฮ โย้

■ **200 วอนค่ะ**

써–ㅇ러–이원카

200원요

ยี แบก วอน โย

■ **ถ้าเป็นจดหมายลงทะเบียนละครับ**

타–뻰쫏마–이롱타비–얀라크랍

등기편지는요?

ดึง กี พิยอน จี นึน โย้

■ **ต้องชั่งน้ำหนักดูก่อนค่ะ**

떠–ㅇ창남낙두–꺼–ㄴ카

우선 무게를 달아봐야 해요

อุ ซอน มู เค รึล ดัล อา บวา ยา แฮ โย

■ กรุณาลงทะเบียนจดหมายฉบับนี้ แล้วส่งด่วนด้วยครับ

까루나-롱타비-얀쫏마-이차밥니-래-오쏭두-언두-워이크랍

이 편지를 등기와 속달로 보내주세요

อี พิ ยอน จี รึล ดึง กี วา สก ตัล โร โบ แน จู เซ โย

■ จดหมายฉบับนี้ 300 วอนค่ะ

쫏마-이차밥니-싸-ㅁ러-이원카

이 편지는 300원 이예요

อี พิยอน จี นึน ซำ แบก วอน อี เอ โย

■ ที่นี่มีจดหมายอากาศขายด้วยใช่มั๊ยครับ

티-니-미-쫏마-이아-까-ㅅ카-이두-워이차이마이크랍

여기 우편 엽서도 팔지요?

ยอ คี อุ พิยอน ยอบ ซอ โด พัล จิ โย้

■ ใช่ค่ะ จะซื้อกี่ฉบับคะ

차이카짜쓰-끼-차밥카

네, 몇장 사시겠어요?

เน มิยอด จัง ซา ซี เกด ซอ โย้

■ ฉบับละเท่าไรครับ

차밥라타오라이크랍

장당 얼마예요?

จัง ดัง ออล มา เย โย้

■ ฉบับละ 100 วอนค่ะ

차밥라능러-이원카

장당 100원이예요

จัง ดัง แบก วอน อี เอ โย

- **งั้น ขอ10 ฉบับครับ**
  응́안커̄-씹차밥크́랍
  그럼 10장 주세요
  คือ รอม ยอล จัง จู เซ โย

- **รวมทั้งหมดแล้ว คิดเป็นเงินเท่าไรครับ**
  루-엄탕못래̄-오킷뻰응어̄-ㄴ타오라이크́랍
  모두 합해서 얼마예요?
  โม ดู ฮับ แฮ ซอ ออล มา เย โย้

- **1,300 วอนค่ะ**
  능̄판싸̌-ㅁ러́-이원카̂
  1,300원 이예요
  ชอน สาม แบก วอน อี เย โย

- **นี่ครับ เงิน**
  니́-크́랍 응어̄-ㄴ
  돈 여기 있어요
  ดน ยอ คี อิจ ซอ โย

- **นี่ค่ะ ใบส่งจดหมายลงทะเบียนกับส่งด่วน และจดหมายอากาศ**
  니̄-카̂ 바이쏭̀쫏̀마̌-이롱타비-얀깝쏭두̀-언래쫏̀마̌-이아̄-까̀-ㅅ
  여기 등기속달 영수증과 우편엽서예요
  ยอ คี ดึง คิ สก ตัล ยอง ซู จึง กว่า อุ พิยอน ยอบ ซอ เย โย

- **เราจะทิ้งจดหมายอากาศได้ที่ไหนครับ**
  라오짜팅쫏̀마̌-이아̄-까̀-ㅅ다̂이티̄-나이크́랍
  우편 엽서는 어디에 넣지요?
  อุ พิยอน ยอบ ซอ นึน ออ ดี เอ นอ ชี โย้

■ ทิ้งในตู้ไปรษณีย์ตามถนนค่ะ

팅나이뚜--쁘라이싸니-따-ㅁ타논카

도로변에 있는 우체통에 넣으세요

โด โร บิยอน เอ อิจ นึน อุ เช ทง เอ นอ อือ เซ โย

■ ที่นี่ส่งเงินทางธนาณัติได้ด้วยใช่ไหมครับ

티-니-쏭은어-ㄴ타-ㅇ타나-낫다이두-워이차이마이크랍

여기서 우편송금도 되지요?

ยอ คี ซอ อุ พิยอน ซง คึม โด เด จิ โย้

■ ใช่ค่ะ จะส่งเงินเท่าไรคะ

차이카짜쏭은어-ㄴ타오라이카

네, 얼마를 송금하시겠어요?

เน ออล มา รึล ซง คึม ฮา ชี เก็ด ซอ โย้

■ จะส่ง 500,000 วอนครับ

짜쏭하-쌔-ㄴ원크랍

50만원요

โอ สิบ มัน วอน โย

■ กรุณาเขียนข้อความลงในแบบฟอร์มนี้ค่ะ

까루나-키-얀커-콰-ㅁ롱나이배-ㅂ훠-ㅁ니-카

이 서식에 내용을 기록하세요

อี ซอ ซีก เอ แบ ยง อึล คี รก ฮา เ ซ โย

■ เขียนเสร็จเรียบร้อยแล้วครับ

키-얀쎗리-얍러-이래-오크랍

다 썼어요

ดา สอด ซอ โย

■ **กรุณาจ่ายเงินค่าส่ง 300 วอนค่ะ**

까루나-짜-이응어-ㄴ카-쏭싸-ㅁ러-이원카

수수료 300원 지불하세요

ซู ซู ริโย ซำ แบก วอน จี บุล ฮา เซ โย

■ **นี่ครับ เงินที่ส่ง และค่าส่ง**

니-크랍응어-ㄴ티-쏭래카-쏭

여기 송금돈과 수수료예요

ยอ คิ ซง คึม ดน กวา ซู ซู ริโย เย โย

■ **นี่ค่ะ ใบเสร็จการส่งเงิน**

니-카바이쎗까-ㄴ쏭은어-ㄴ

여기 송금 영수증이예요

ยอ คี ซง คึม ยอง ซู จึง อี เอ โย

■ **ขอบคุณครับ**

커-ㅂ쿤크랍

고마워요

โค มา วอ โย

■ **สวัสดีค่ะ**

싸왓디-카

안녕히 가세요

อัน ยอง ฮี คา เซ โย

제15과 가게에서

บทที่ 15 ในร้านขายของ

■ **แถวนี้มีร้านขายของอะไรบ้างครับ**

태–오니–미–라–ㄴ카–이커–ㅇ아라이바–ㅇ크랍

이 근처에 무슨 가게들이 있어요?

อี คึน ชอ เอ มู ซึน คา เค ดึล อี อิจ ซอ โย๋

■ **มีห้างสรรพสินค้าค่ะ**

미–하–ㅇ쌉파씬카–카

백화점이 있어요

แบก ฮวา จอม อี อิจ ซอ โย

■ **มีร้านขายของธรรมดาหลายแห่งค่ะ**

미 라–ㄴ 카–이커–ㅇ탐미다–라–이해–ㅇ카

일반 가게가 여러 군데 있어요

อิล บัน คา เค คา ยอ รอ คุน เด อิจ ซอ โย

■ **มีตลาดนัด 5 วันค่ะ**

미–딸라–ㅅ낫하–완카

5일 시장이 있어요

โอ อิล ซี จัง อี อิจ ซอ โย

- **คุณต้องการจะซื้ออะไรคะ**
  쿤떠ˆ-ㅇ까ー-ㄴ짜쓰ˊ-아라이카ˊ
  뭐 사실래요?
  มัว ซา ซิล แล โย้

- **ผมต้องการจะซื้อเสื้อครับ**
  폼떠ˆ-ㅇ까ー-ㄴ짜쓰ˊ-쓰ˆ-어크랍
  저는 옷을 사고 싶어요
  จอ นึน โอ ซึล ซา โค สิบ พอ โย

- **งั้น เชิญไปห้างสรรพสินค้าค่ะ**
  응안츠ㅓー-ㄴ빠이하ˆ-ㅇ쌉파씬카ˊ-카ˋ
  그럼 백화점에 가세요
  คือ รอม แบก ฮวา จอม เอ คา เซ โย

- **ในห้างสรรพสินค้า ต่อราคาได้ไหมครับ**
  나이하ˆ-ㅇ쌉파씬카ˊ-떠ˋ-라ー-카ー-다이마이크랍
  백화점에서 가격을 흥정 할 수 있어요?
  แบก ฮวา จอม เอ ซอ คา คิยอก อึล ฮึง จอง ฮัล ซู อิจ ซอ โย้

- **เราต่อราคาไม่ได้ค่ะ**
  라오떠ˋ-라ー-카ー-마이다이카ˆ
  가격을 흥정 할 수 없어요
  คา คิยอก อึล ฮึง จอง ฮัล ซู ออบ ซอ โย

- **ในร้านธรรมดาละครับ**
  나이라ˊ-ㄴ탐마다ー-라크랍
  일반 가게에서는요?
  อิล บัน คา เค เอ ซอ นึน โย้

주요 대화 บทสนทนาสำคัญ

- **เราต่อราคาได้ค่ะ**
  라오떠-라-카-다이카
  가격을 흥정 할 수 있어요
  คา คิยอก อึล ฮึง จอง ฮัล ซู อิจ ซอ โย

- **งั้นเราจะไปร้านธรรมดาดีกว่าครับ**
  응안라오짜빠이라-ㄴ탐마다-디-꽈-크랍
  그럼 우리 일반 시장에 가요
  คือ รอม อู รี อิล มัน ซี จัง เอ คา โย

- **เสื้อตัวนี้เป็นอย่างไรคะ**
  쓰-어뚜-어니-뻰야-ㅇ라이카
  이 옷은 어때요?
  อี โอ ซึน ออ แต โย้

- **ดีกว่านี้ไม่มีหรือครับ**
  디-꽈-니-마이미-르-크랍
  이보다 좋은 것 없어요?
  อี โบ ดา โจ อึน คอด ออบ ซอ โย

- **เสื้อตัวนี้ดีอยู่แล้วค่ะ**
  쓰-어뚜-어니-디-유 래-오카
  이 옷이 좋아요
  อี โอ ซี โจ อา โย

- **ราคาเท่าไรครับ**
  라-카-타오라이크랍
  가격이 얼마예요?
  คา คิ ยอก อี ออล มา เย โย้

- **70,000 วอนค่ะ**

쩻므-ㄴ원카

7만원이예요

ซิล มัน วอน อี เอ โย

- **แพงไปครับ**

패-ㅇ빠이크랍

너무 비싸요

นอ มู บี ซา โย

- **ช่วยลดราคาให้หน่อยครับ**

추-어이롯라-카-하이너-이크랍

좀 깎아주세요

จม กัก ตา จู เซ โย

- **งั้น จะลดราคาให้ 5,000 วอนค่ะ**

응안짜롯라-카-하이하-판원카

그럼 5천원깎아 드릴게요

คือ รอม โอ ชอน วอน กัก ตา ดือ ริล เก โย

- **ขอบคุณครับ ช่วยห่อเป็นของขวัญด้วยครับ**

커-ㅂ 쿤크랍 추-어이허-뻰커-ㅇ콴두-워이크랍

고마워요 선물로 포장해주세요

โค มา วอ โย ซอน มุลโล โพ จัง แฮ จู เซ โย

- **แถวนี้มีร้านขายโสมไหมครับ**

태-오니-미-라-ㄴ카-이쏘-ㅁ마이크랍

이 근처에 인삼가게가 있어요?

อี คึน ชอ เอ อิน ซำ คา เค คา อิจ ซอ โย้

อยู่ทางโน้นค่ะ

유-타-ㅇ노-ㄴ카

저쪽에 있어요

จอ โจก เอ อิจ ซอ โย

ชาโสมนี้ขายอย่างไรครับ

차-쏘-ㅁ니-카-이야-ㅇ라이크랍

이 인삼차는 어떻게 팔아요?

อี อิน ซำ ชา นึน ออ ตอ เค พัล อา โย้

เราขายเป็นชั่งค่ะ

라오카-이뻰창카

근으로 팔아요

คึน อือ โร พัล อา โย

ชั่งละเท่าไรครับ

창라타오라이크랍

근당 얼마예요?

คึน ดัง ออล มา เย โย้

ชั่งละสามหมื่นวอนค่ะ

창라싸-ㅁ므-ㄴ웍카

근당 3만원이예요

คึน ดัง ซำ มัน วอน อี เย โย

ขอห้าชั่งครับ

커-하-창크랍

다섯근 주세요

ดา สอด คึน จู เซ โย

■ **กรุณาบอกวิธีการใช้ด้วยครับ**
까루나–버–ㄱ위티–까–ㄴ차이두–어이크랍

사용방법도 말해주세요

ซา ยง บัง บอบ โด มัล แฮ จู เซ โย

■ **ขอบคุณค่ะ**
커–ㅂ쿤카

감사합니다

คำ ซา ฮำ นี ดา

ภาคที่ 5
การถาม – ตอบ

제5부 질의응답

제1과 질의 **บทที่ 1** การซักถาม
제2과 응답 **บทที่ 2** การตอบ

제1과 질의

บทที่ 1 การซักถาม

■ **(คุณเป็น)ใครครับ**

(쿤뻰)크라이크랍

누구예요?

นู กู เย โย้

■ **คุณรักใครครับ**

쿤락크라이크랍

누구를 사랑해요?

นู กู รึล ซา รัง แฮ โย้

■ **ใครเป็นเจ้าของครับ**

크라이뻰짜오커-ㅇ크랍

누가 주인이예요?

นู คา จู อิน อี เอ โย้

■ **คุณหาเงินเพราะใครครับ**

쿤하-응어-ㄴ프러크라이크랍

누구 때문에 돈을 벌어요?

นู กู แต มุน เอ ดน อึล บอล ลอ โย้

질의응답 การถาม – ตอบ

- **คุณชื่ออะไรครับ**
  쿤츠–아라이크랍
  이름이 뭐예요?
  อี รึม อี มัว เย โย้

- **(มัน)เป็นอะไรครับ**
  (만)뻰아라이크랍
  (그것은) 뭐예요?
  (คือ คอ ซึน) มัว เย โย้

- **คุณชอบทานอะไรครับ**
  쿤처–ㅂ타–ㄴ아라이크랍
  무엇을 즐겨 먹어요?
  มู ออ ซึล จึล คิยอ มอ คอ โย้

- **คุณทำงานอะไรครับ**
  쿤탐응아–ㄴ아라이크랍
  무슨 일을 해요?
  มู ซึน อิล อึล แฮ โย้

- **นั่งรถอะไรมาครับ**
  낭롯아라이마–크랍
  무엇을 타고 왔어요?
  มู ออ ซึล ทา โค วัด ซอ โย้

- **วันนี้(เป็น)วันอะไรครับ**
  완니–뻰완아라이크랍
  오늘이 무슨 요일 이예요?
  โอ นึล อี มู ซึน โย อิล อี เอ โย้

제5부 질의응답 **133**

■ คุณมาสายเพราะอะไรครับ

쿤마–싸–이프러아라이크랍

무엇 때문에 늦게 왔어요?

มู ออด แต มุน เอ นึด เก วัด ซอ โย้

■ อะไรเป็นสาเหตุครับ

아라이뻰싸–헤–ㅅ크랍

무엇이 이유예요?

มู ออ ซี อี ยู เย โย้

■ ที่ไหนครับ

티–나이크랍

어디요?

ออ ดิ โย้

■ คุณมาจากไหนครับ

쿤마–짜–ㄱ나이크랍

어디에서 왔어요?

ออ ดี เอ ซอ วัด ซอ โย้

■ ตอนนี้อยู่ที่ไหนครับ

떠–ㄴ니–유–티–나이크랍

지금 어디에 계세요?

จี คึม ออ ดี เอ เค เซ โย้

■ บ้านอยู่ที่ไหนครับ

바–ㄴ유–티–나이크랍

집은 어디예요?

จิบ อึน ออ ดิ เย โย้

■ คุณจะไปไหนครับ

쿤짜빠이나이크랍

어디에 가요?

ออ ดี เอ คา โย้

■ คุณอายุกี่ปีครับ

쿤-아-유끼-삐-크랍

몇 살이예요?

มิยอด ซัล อี เอ โย้

■ คุณไปทำงานกี่โมงครับ

쿤빠이탐응아-ㄴ-끼-모-ㅇ크랍

몇 시에 일하러가요?

มิยอด ซี เอ อิล ฮา รอ คา โย้

■ ตอนนี้มีพนักงานทั้งหมดกี่คนครับ

떠-ㄴ니-미-파낙응아-ㄴ탕못끼-콘크랍

지금 직원이 모두 몇 명이예요?

จี คึม จิก วอน อี โม ดู มิยอด มิยอง อี เอ โย้

■ คุณทานอาหารวันละกี่มื้อครับ

쿤타-ㄴ아-히 ㄴ완라끼-므-크랍

하루에 몇끼 식사해요?

ฮา รู เอ มิยอด กี ซิก ซา แฮ โย้

■ เท่าไรครับ

타오라이크랍

얼마요?

ออล มา โย้

- **วันนี้วันที่เท่าไหร่ครับ**
  완니-완티-타오라이크랍
  오늘이 몇 일 이예요?
  โอ นึล อี มิยอด ชิล อี เอ โย้

- **คุณมีเงินเท่าไหร่ครับ**
  쿤미-응어-ㄴ타오라이크랍
  돈이 얼마 있어요?
  ดน อี ออล มา อิจ ซอ โย้

- **จากเกาหลีถึงเมืองไทยใช้เวลานานเท่าไรครับ**
  짜-ㄱ까올리-틍므-엉타이차이웨-라-나-ㄴ타오라이크랍
  한국에서 태국까지 얼마나 걸려요?
  ฮัน กุก เอ ซอ แท กุก กา จิ ออล มานา คอล ลิ ยอ โย้

- **จากที่นี่ถึงบ้านไกลเท่าไรครับ**
  짜-ㄱ티-니-틍바-ㄴ 끌라이타오라이크랍
  여기서 집까지 얼마나 멀어요?
  ยอ คี ซอ จิบ กา จี ออล มานา มอล ออ โย้

- **อย่างไรครับ**
  야-ㅇ라이크랍
  어떻게요?
  ออ ตอ เค โย้

- **วันนี้อากาศเป็นอย่างไรครับ**
  완니-아-까-ㅅ뻰야-ㅇ라이크랍
  오늘 날씨가 어때요?
  โอ นึล นัล ซี ดา ออ แต โย้

■ **คุณจะกลับบ้านอย่างไรครับ**
쿤짜끌랍바-ㄴ야-ㅇ라이크랍
어떻게 귀가 할거예요?
ออ ตอ เค ควิ คา ฮัล กอ เย โย้

■ **อาหารนี้กินอย่างไรครับ**
아-하-ㄴ니-낀야-ㅇ라이크랍
이 음식은 어떻게 먹어요?
อี อึม ซิก อึน ออ ตอ เค มอ คอ โย้

■ **เมื่อไรครับ**
므-어라이크랍
언제요?
ออน เจ โย้

■ **คุณจะแต่งงานเมื่อไรครับ**
쿤짜때-ㅇ응아-ㄴ므-어라이크랍
언제 결혼 할 거예요?
ออน เจ คิยอล ฮน ฮัล คอ เย โย้

■ **คุณจะเรียนจบเมื่อไรครับ**
쿤짜리-얀쫍므-어라이크랍
언제 졸업해요?
ออน เจ จล ออบ แฮ โย้

■ **คุณจะกลับบ้านเมื่อไรครับ**
쿤짜끌랍바-ㄴ므-어라이크랍
언제 귀가 할거예요?
ออน เจ ควี คา ฮัล คอ เย โย้

■ คุณชอบประเทศไหนครับ

쿤처-ㅂ쁘라테-ㅅ나이크랍

어느 나라를 좋아해요?

ออ นือ นา รา รึล โจ อา แฮ โย้

■ คุณอยากไปประเทศไหนครับ

쿤야-ㄱ빠이쁘라테-ㅅ나이크랍

어느 나라 가고 싶어요?

ออ นือ นา รา คา โค สิม พอ โย้

■ คุณต้องการข้อมูลไหนครับ

쿤떠-ㅇ까-ㄴ커-무-ㄴ나이크랍

어느 자료를 원해요?

ออ นือ จา ริโร รึล วอน แฮ โย้

■ คุณชอบทานอาหารอะไรครับ

쿤처-ㅂ타-ㄴ아-하-ㄴ아라이크랍

무슨 음식을 좋아해요?

ออ ตอน อึม ซี คึล โจ อา แฮ โย้

■ คุณชอบเพลงอะไรครับ

쿤처-ㅂ플레-ㅇ아라이크랍

무슨 노래를 좋아해요?

มู ซึน โน แร รึล โจ อา แฮ โย้

■ ทำไมครับ

탐마이크랍

왜요?

แว โย้

■ วันนี้ทำไมมาสายครับ

완니-탐마이마-싸-이크랍

오늘 왜 지각했어요?

เอ นึล แว จี กัก แฮด ซอ โย้

■ ทำไมไอบ่อย ๆ ครับ

탐마이아이버이버-이크랍

왜 기침을 자주해요?

แว คี ชิม อึล จา จู แฮ โย้

■ คุณเป็นหนี้ทำไมครับ

쿤뻰니-탐마이크랍

어째서 빚을 졌어요?

ออ แจ ซอ บิ จึล จิยอด ซอ โย้

■ ถูกไหมครับ

투-ㄱ마이크랍

맞아요?

มา จา โย้

■ ถูกใช่ไหมครับ

투-ㄱ차이마이크랍

맞지요?

มัด จี โย้

■ ไม่มีหรือครับ

마이미-르-크랍

없어요?

ออบ ซอ โย้

- **ไม่มีใช่ไหมครับ**
  마이미-차이마이크랍
  없지요?
  ออบ จิ โย้

- **มีไหมครับ**
  미-마이크랍
  있어요?
  อิจ ซอ โย้

- **มีใช่ไหมครับ**
  미-차이마이크랍
  있지요?
  อิจ จิ โย้

- **ไม่เป็นไรหรือครับ**
  마이뻰라이르-크랍
  괜찮아요?
  แควน ชัน อา โย้

- **ไม่เป็นไรใช่ไหมครับ**
  마이뻰라이차이마이크랍
  괜찮지요?
  แควน ชัน ชี โย้

- **เข้าใจไหมครับ**
  카오짜이마이크랍
  이해해요?
  อี แฮ แฮ โย้

■ เข้าใจใช่ไหมครับ

카오짜이차이마이크랍

이해하지요?

อี แฮ ฮา จี โย้

제2과 응답

บทที่ 2 การตอบ

■ ค่ะ (ครับ)

카(크랍)

네(예)

เน (เย)

■ เปล่าค่ะ

쁠라오카

아니오

อา นี โย

■ เป็นคนไทยค่ะ

뻰콘타이카

태국사람이에요

แท กุก ซา รัม อี เอ โย

■ ดิฉันรักคุณค่ะ

디찬락쿤카

당신을 사랑해요

ดัง ซิน อึล ซา รัง แฮ โย

■ **ดิฉันเป็นเจ้าของค่ะ**

디찬뻰짜오커–ㅇ카

제가 주인이에요

เจ คา จู อิน อี เอ โย

■ **ดิฉันหาเงินเพราะลูกค่ะ**

디찬하–응어–ㄴ프러루–ㄱ카

자식 때문에 돈을 벌어요

ชา สิก แต มุน เอ ดน อึล บอล ออ โย

■ **ดิฉันชื่อ อี นา รา ค่ะ**

디찬츠–이–나–라–카

제 이름은 이나라예요

เจ อี รือ มึน อี นา รา เย โย

■ **เป็นเงินค่ะ**

뻰응어–ㄴ카

돈이 에요

ดน อี เอ โย

■ **ดิฉันชอบทานผลไม้ค่ะ**

디찬처–ㅂ타–ㄴ폰라마이카

과일을 즐겨 먹어요

ควา อิล อึล จึล คิยอ มอ คอ โย

■ **ดิฉันเป็นข้าราชการค่ะ**

디찬뻰카–라–ㅅ차까–ㄴ카

공무원이에요

คง มู วอน อี เอ โย

- **ดิฉันนั่งรถเมล์มาค่ะ**

  디찬낭롯메–마–카

  버스 타고 왔어요

  ปอ ซือ ทา โค วัด ซอ โย

- **วันนี้เป็นวันพุธค่ะ**

  완니–뻰완풋카

  수요일 이예요

  ซู โย อิล อี เอ โย

- **เพราะมีรถติดค่ะ**

  프러미–롯띳카

  차가 밀려서요

  ซา คา มิล ลิยอ ซอ โย

- **อุบัติเหตทางคมนาคมเป็นสาเหตุค่ะ**

  우밧띠헤–ㅅ타–ㅇ카마나–콤뻰싸–헤–ㅅ카

  고통사고가 이유예요

  คิโย ทง ซา โค คา อิ ยู เย โย

- **ที่สถานีรถไฟโซลค่ะ**

  티–싸타–니–롯화이서울카

  서울역에서요

  ซอ อุล ยอด เอ ซอ โย

- **ดิฉันมาจากเมืองไทยค่ะ**

  디찬마–짜–ㄱ므–엉타이카

  태국에서 왔어요

  แท กุก เอ ซอ วัด ซอ โย

질의응답 การถาม – ตอบ

- **ดิฉันอยู่ที่บ้านค่ะ**
  디찬유–티–바–ㄴ카
  집에 있어요
  จิบ เอ อิจ ซอ โย

- **บ้านอยู่ที่ซอย 3 ถนนจงโนค่ะ**
  바–ㄴ유–티–써–이싸–ㅁ타논종로카
  종로 3가에 있어요
  จง โน ซำ คา เอ อิจ ซอ โย

- **ดิฉันไปเมืองไทยค่ะ**
  디찬빠이므–엉타이카
  태국에 가요
  แท กุก เอ คา โย

- **ดิฉันอายุ 30 ปีค่ะ**
  디찬아–유싸–ㅁ씹삐–카
  서른살 이에요
  ซอ รึน ซัล อี เย โย

- **ดิฉันไปทำงาน 8 โมงเช้าค่ะ**
  디찬빠이탐응아–ㄴ빼–ㅅ모–ㅇ차오카
  아침 8시에 일하러 가요
  อา ชิม ยอ ดอล ซี เอ อิล ฮา รอ คา โย

- **30 คนค่ะ**
  싸–ㅁ씹콘카
  서른 명 이에요
  ซอ รึน มิยอง อิด ซอ โย

제5부 질의응답

ดิฉันทานอาหารวันละสามเวลาค่ะ

디찬타-ㄴ아-하-ㄴ완라싸-ㅁ웨-라-카

하루에 세끼 먹어요

ฮา รู เอ เซ กี มอ คอ โย

300 วอนค่ะ

싸-ㅁ러-이원카

300원 이예요

ซำ แบก วอน อิ เอ โย

วันนี้เป็นวันที่ 8 เดือนมกราคมค่ะ

완니-뻰완티-빼-ㅅ드-언마까라-콤카

1월 8일 이예요

อิล วอล พัล อิล อี เอ โย

ดิฉันมีเงิน 20,000 วอน ค่ะ

디찬미-응어-ㄴ써-ㅇ므-ㄴ원카

20000원 있어요

อี มัน วอน อิด ซอ โย

เราใช้เวลาประมาณ 5 ชั่วโมงครึ่งค่ะ

라오차이웨-ㄹ라-쁘라마-ㄴ하-추-어모-ㅇ크릉카

약 5시간 반 걸려요

ยัก ดา สอด ซี คัน บัน คอล ลิยอ โย

ไม่ค่อยไกลมากเท่าไหร่ค่ะ

마이커-이끌라이마-ㄱ타오라이카

별로 멀지 않아요

บิยอล โล มอล จี อัน อา โย

■ โดยรถไฟค่ะ

도-이롯화이카

기차로요

คี ชา โร โย

■ ไม่ค่อยหนาวมากเท่าไหร่ค่ะ

마이커-이나-오마-ㄱ타오라이카

별로 춥지 않아요

บิยอล โล ชุบ จี อัน อา โย

■ โดยรถเมล์ค่ะ

도-이롯메-카

버스로요

ปอ ซือ โร โย

■ กินด้วยช้อนและตะเกียบค่ะ

낀두-워이처-ㄴ래따끼-얍카

숫가락과 젓가락으로 먹어요

สุด กา รัก กวา จอด กา รัก อือ โร มอ คอ โย

■ ในตอนเช้า ตอนกลางวัน และตอนเย็นค่ะ

나이떠-ㄴ차오떠-ㄴ끌라-ㅇ완래떠-ㄴ옌카

아침과 점심 그리고 저녁에요

อา จิม ควา จอม ซิม คือ ริ โก จอ นิยอด เอ โย

■ ยังไม่ทราบค่ะ

양마이싸-ㅂ카

아직 몰라요

อา จิก โมล ลา โย

- **ปีหน้าค่ะ**
  삐-나-카
  내년에요
  แน นิยอน เอ โย

- **หลังทานอาหารเย็นค่ะ**
  랑타-ㄴ아-하-ㄴ옌카
  저녁식사 후에요
  จอ นิยอก สิก ซา ฮู เอ โย

- **ดิฉันชอบประเทศเกาหลีมากที่สุดค่ะ**
  디찬처-ㅂ쁘라테-ㅅ까올리-마-ㄱ티-쑷카
  한국을 제일 좋아해요
  ฮัน กุก อึล เจ อิล โจ อา แฮ โย

- **ดิฉันอยากไปประเทศจีนค่ะ**
  디찬야-ㄱ빠이쁘라테-ㅅ찌-ㄴ카
  중국에 가고 싶어요
  จุก กุก เอ คา โค สิบ พอ โย

- **ดิฉันต้องการข้อมูลล่าสุดค่ะ**
  디찬떠-ㅇ까-ㄴ커-무-ㄴ라-쑷카
  최신자료를 원해요
  เช ชิน จา ริโย รึล วอน แฮ โย

- **ดิฉันชอบทานอาหารว่างค่ะ**
  디찬처-ㅂ타-ㄴ아-하-ㄴ와-ㅇ카
  간식을 즐겨 먹어요
  คัน ซี คึล จึล คิยอ มอ คอ โย

■ ดิฉันชอบเพลงอารีรังค่ะ

디찬처–ㅂ플레–ㅇ아–리–랑카

아리랑 노래를 좋아해요

อา รี รัง โน แร รึล โจ อา แฮ โย

■ เพราะเป็นเพลงพื้นเมืองค่ะ

프러뻰플레–ㅇ프–ㄴ므–엉카

전통음악이니까요

จอน ทง อึอ มัก อี นิ กา โย

■ ดิฉันตื่นสายค่ะ

디찬뜨–ㄴ싸–이카

늦게 일어 났어요

นึจ เก อิล ออ นัด ซอ โย

■ รู้สึกเป็นหวัดค่ะ

루–쓱뻰왓카

감기에 걸린 것 같아요

คำ คี เอ คอล ลิน คอด คา ทา โย

■ เพราะยังไม่มีอาชีพตายตัวค่ะ

프러양마이미–아–치–ㅂ따–이뚜–어카

아직 직업이 없어서요

อา จิก จิก ออบ อี ออบ ซอ ซอ โย

■ ไม่ถูกค่ะ

마이투–ㄱ카

안맞아요

อัน มา จา โย

- **มีค่ะ**
  미-카
  있어요
  อิจ ซอ โย

- **แน่นอนค่ะ**
  내-너-ㄴ카
  물론이지요
  มุล ลน อี จี โย

- **ไม่มีค่ะ**
  마이미-카
  없어요
  ออบ ซอ โย

- **ไม่ใช่ค่ะ**
  마이차이카
  아니요
  อา นี โย

- **ดีขึ้นค่ะ**
  디-큰카
  좋아졌어요
  โจ อา จิยอจ ซอ โย

- **ยังไม่แน่ค่ะ**
  양마이내-카
  아직 확실치 않아요
  อา จิก ฟัก ซิล ชี อา นา โย

질의응답 การถาม – ตอบ

- **ยังไม่เข้าใจค่ะ**
  양마이카오짜이카
  아직 이해 못해요
  อา จิก อี แฮ มด แฮ โย

- **ใช่ค่ะ**
  차이카
  네 그래요
  เน ดือ แร โย

ภาคผนวก เรื่องน่ารู้ไทย - เกาหลี

부록 한태양국편람

รายการ 목록	ประเทศไทย 태국	ประเทศเกาหลี 한국
ชื่อประเทศเป็นทางการ 공식국명	The Kingdom of Thailand 타이왕국	The Republic of Korea 대한민국
ที่ตั้ง 위치	ทวีปเอเชียตะวันออกเฉียงใต้ 동남 아시아 대륙	ทวีปเอเชียตะวันออกเฉียงเหนือ 동북 아시아 대륙
เนื้อที่ 면적	514,000 ตารางกิโลเมตร 514,000㎢	99,300 ตารางกิโลเมตร 99,300㎢
เมืองหลวง 수도	กรุงเทพมหานคร 방콕	โซล 서울
ชนชาติ 민족	ชาวไทย (81.5%) 타이족	ชาวเกาหลี 한인족
	ชาวจีน(13.1%) 화교족	
	ชาวมาเลย์(2.9%) 말레이족	
	อื่น ๆ (2.5%) 기타민족	
พลเมือง 인구	65 ล้านคน 6,500 만명	45 ล้านคน 4,500만명
ธงชาติ 국기	ธงไตรรงค์ 삼색기	แทกึกกิ 태극기
อากาศ 기후	กึ่งโซนร้อน 아열대성	ภาคพื้นทวีป 대륙성
ภาษา 언어	ภาษาไทย(ปี1283) 태국어(1283년)	ภาษาเกาหลี(ปี1443) 한국어(1443년)
ระบบการเมือง 정치제도	แบบประชาธิไปไตย อันมีพระมหากษัตริย์ ทรงเป็นประมุข 왕정 민주주의	ประชาธิปไตย 민주주의
ผู้นำสูงสุด 국가원수	พระมหากษัตริย์ 국왕	ประธานาธิบดี 대통령

หน่วยเงินตรา 화폐단위	บาท 바트	วอน 원
สภา 의회	ระบบสภาเดียว 단원제	ระบบสองสภา 양원제
บัญชีประจำปี (ปีงบประมาณ) 회계연도	1 ตุลาคม-31 กันยายน 10월1일-9월3일	1 มกราคม-31 ธันวาคม 1월1일-12월31일
รายได้ประชาชาติ 국민소득	2,500 เหรียญ 2,500달러	25,000 เหรียญ 25,000달러
จำนวนจังหวัด 도수	76 จังหวัด 76도	10 จังหวัด 10도
ดอกไม้ประจำชาติ 국화	ชัยพฤกษ์ 차이야프륵	มูกุงฮวา 무궁화
ศาสนา 종교	พุทธ(95%) 불교	พุทธ 불교
	อิสลาม(4%) 회교	คริสต์ 기독교
	คริสต์(0.6%) 기독교	คาทิลิค 카톨릭
	อื่น ๆ (0.4%) 기타	ขงจื้อ 유교
ฤดูกาล 계절	ฤดูร้อน 여름	ฤดูใบไม้ผลิ 봄
	ฤดูฝน 우기	ฤดูร้อน 여름
	ฤดูหนาว 겨울	ฤดูใบไม้ร่วง 가을
		ฤดูหนาว 겨울

เวลา 시간	เวลามาตรฐานกรีนิช + 7 ชั่วโมง เวลาเกาหลี – 2 ชั่วโมง 기리니치 표준시간+7시간 한국-2시간	เวลามาตรฐานกรีนิช + 5 ชั่วโมง เวลาไทย + 2 ชั่วโมง 기리니치 표준시간+5시간 태국+2시간
วันสำคัญของชาติ 국경일	วันขึ้นปีใหม่ 설날: 1월1일	วันขึ้นปีใหม่ 설날: 1월1일
	วันมาฆบูชา 불교특별선교일: 태음3월15일	วันขึ้นปีใหม่(จันทรคติ) 음력설날: 음1월1일
	วันจักรี 현짝끄리왕조건립일: 태음4월6일	วันรำลึกการรณรงค์เพื่อเอกราช 3.1절: 3월1일
	วันสงกรานต์ 쏭끄란설날: 4월13~15일	วันปลูกต้นไม้ 식목일: 4월5일붙
	วันแรงงานแห่งชาติ 노동절: 5월1일	วันแรงงานสากล 근로자의 날: 5월1일
	วันฉัตรมงคล 현제9대국왕즉위일: 5월5일	วันวิสาขบูชา 석가모니 부처 탄신일: 음4월8일
	วันวิสาขบูชา 석가모니부처탄신일: 태음6월11일	วันเด็กแห่งชาติ 어린이날: 5월5일
	วันอาสาฬหบูชา 불교창립일: 태음8월15일	วันอนุสรณ์แห่งชาติ 현충일: 6월6일
	วันเข้าพรรษา 스님입사일: 태음8월16일	วันอิสรภาพ 광복절: 8월15일
	วันแม่แห่งชาติ 현왕비탄신일: 8월12일	วันสารท(จันทรคติ) 추석: 음8월15일
	วันออกพรรษา 스님출사일: 태음11월15일	วันสถาปนาชาติเกาหลี 개천절: 10월3일

한태양국편람 ภาคผนวก เรื่องน่ารู้ไทย

	วันปิยมหาราช 제5대 쭐라롱껀왕기념일: 10월23일	วันคริสต์มาส 성탄절: 12월25일
วันสำคัญของชาติ 국경일	วันลอยกระทง 배 띄우는 날: 태음12월15일	
	วันพ่อแห่งชาติ 현국왕탄신일: 12월5일	
	วันพระราชทานรัฐธรรมนูญ 제헌절: 12일10	

- 태음은 한국음력보다 약 1개월이 빠르다.